Nấu ăn Sous Vide

Món ăn ngon tuyệt vời từ nhà bếp của bạn

Lê Thanh Hà

mục lục

Tortilla thịt bò xay 10
Frittata chay nhẹ 12
Sandwich bơ và trứng 14
trứng quỷ 16
Trứng luộc 18
Trứng muối 19
trứng mềm và ớt 21
trứng Benedict 22
Trứng bác thì là và nghệ 23
trứng chần 24
trứng trong thịt xông khói 25
trứng cà chua anh đào 26
tranh giành Pastrami 28
Cà chua Shakshuka 29
Tortilla rau bina 30
Arugula và prosciutto trứng tráng 31
Trứng tráng hành lá và gừng 32
ngón tay gà ý 33
Cherry gà cắn 35
Bánh mì nướng hồng quế 37
Cánh gà gừng 39
bánh mì thịt 41
bông cải xanh nhồi bông 43
Herbed Xúc xích Ý Pannini 45

Atisô chanh và tỏi	47
Panko lòng đỏ croquettes	48
mù tạt ớt	49
đùi mù tạt	50
Cà tím tròn với quả hồ trăn	51
chấm đậu xanh	53
khoai tây chiên	54
salad gà tây với dưa chuột	55
bóng gừng	57
quả bóng cắn cá tuyết	58
Cà rốt tráng men	60
cánh gà nóng	61
Bánh nướng xốp thịt xông khói và hành tây	62
Hến ngâm rượu trắng	64
Ngô tamari trên lõi ngô	65
Sò điệp với thịt xông khói	66
tôm khai vị	67
Kem gan gà	68
rau bí với gừng	70
đuôi tôm hùm	71
đậu hũ nướng	72
bánh mì nướng kiểu pháp ngon	73
vịt ngọt và cay	74
Sous Vide ngâm đại hoàng	76
thịt gà tây viên	77
Món đùi ngọt với cà chua phơi nắng	78
nước xốt gà	79

Chorizo trái cây "Ăn tôi" 80
Gà và nấm sốt Marsala.. 82
Rượu mơ vani vani... 84
hummus dày dạn dễ dàng 85
đùi chanh Kaffir 87
Khoai tây nghiền sữa với hương thảo.................................... 88
Đậu hũ xiên rau củ 90
Phi lê gà Dijon 92
Ớt nhồi cà rốt và quả óc chó 94
Vịt cam với ớt bột và cỏ xạ hương... 96
Chân gà tây bọc thịt xông khói 97
Hỗn hợp măng tây và ngải giấm.. 99
Bít tết súp lơ cay 101
Dải khoai tây cayenne với sốt mayonnaise..........................103
vịt ngọt bơ 105
khoai mỡ 106
Quiche rau bina và nấm...107
ngô bơ Mexico 109
Lê với phô mai và quả óc chó 111
Bông cải xanh và phô mai xanh 112
cà ri bí ngòi..113
Khoai lang nướng với quả óc chó 114
củ dền ngâm chua cay 115
ngô bơ cay 116
Cua thịt sốt bơ chanh 117
Cá hồi sốt kiểu Bắc 118
Cá hồi sốt mù tạt và sốt Tamari...119

Cá Ngừ Mè Sốt Gừng	120
Cua cuộn tỏi chanh thần thánh	122
Bạch tuộc nướng gia vị sốt chanh	124
Xiên Creole tôm	126
Tôm Sốt Cay	128
Halibut với hẹ và Tarragon	129
Cá tuyết với chanh và bơ thảo mộc	131
Cá mú với Beurre Nantais	133
vảy cá ngừ	135
sò điệp bơ	136
cá mòi bạc hà	137
Cá tráp ngâm rượu trắng	138
Salad cá hồi và cải xoăn với bơ	140
cá hồi gừng	142
Hến trong nước chanh xanh tươi	144
Bít tết cá ngừ ướp thảo mộc	145
chả cua	147
lò đúc ớt	149
Phi lê cá da trơn ướp	151
King Prawns với rau mùi tây và chanh	153
Halibut Sous Vide	154
đế bơ chanh	156
Cá tuyết hầm húng quế	158
cá rô phi dễ dàng	159
cá hồi với măng tây	160
cà ri cá thu	161
mực với hương thảo	162

Tôm chiên chanh..163
nướng bạch tuộc..164
phi lê cá hồi hoang dã..166
cá rô phi hầm..168
Sò bơ với hạt tiêu..170
cá hồi rau mùi...172
nhẫn mực..173
Salad bơ và tôm với Chile....................................174
Cá hồng bơ với nước sốt nghệ tây Citrus..............176
Cá tuyết phi lê với mè..178
Cá hồi kem với rau bina và sốt mù tạt..................180
Sò điệp với ớt bột và salad tươi............................182
Sò điệp cay xoài..184
Tỏi tây và tôm với mù tạt.....................................186
Súp Tôm Dừa..188
Mì Soba cá hồi mật ong.......................................190
Tôm hùm sốt Mayonnaise....................................193
Bữa tiệc tôm cocktail..195
Cá Hồi Herby Chanh...197
Đuôi tôm hùm thơm và béo..................................199
Mỳ trứng cá hồi súp lơ Thái.................................200
Cá vược nhẹ với thì là...202
Tôm Xào Ớt Ngọt..203
Tôm Thái trái cây..205
Món tôm chanh kiểu Dublin.................................207
Sò điệp sốt tỏi ớt..209
Mì cà ri tôm..211

Cá tuyết kem ngon với rau mùi tây 213
Pot de Rillettes kiểu Pháp với cá hồi 215
Xô thơm với khoai tây nghiền và dừa 216
Bát bạch tuộc thì là 218
Cá hồi muối sốt Hollandaise 219

Tortilla thịt bò xay

Thời gian chuẩn bị + nấu: 35 phút | Khẩu phần: 3

Thành phần:

1 chén thịt bò nạc xay

¼ chén hành tây thái nhỏ

¼ muỗng cà phê cỏ xạ hương khô, xay

½ muỗng cà phê oregano khô, xay

Muối và hạt tiêu đen để nếm

1 muỗng canh dầu ô liu

Địa chỉ:

Làm nóng dầu trong chảo trên lửa vừa. Thêm hành tây và xào trong khoảng 3-4 phút, hoặc cho đến khi mờ. Thêm thịt bò xay và nấu trong 5 phút, thỉnh thoảng khuấy. Rắc một ít muối, hạt tiêu, húng tây và lá oregano. Khuấy đều và nấu thêm một phút nữa. Tắt bếp và đặt sang một bên.

Chuẩn bị một nồi cách thủy và đặt Sous Vide vào đó. Đặt ở nhiệt độ 170 F. Đánh trứng vào bát vừa và đổ vào túi hút chân không. Thêm hỗn hợp thịt bò xay. Giải phóng không khí bằng phương pháp thay thế nước và niêm phong túi.

Nhúng túi vào bồn nước và đặt hẹn giờ trong 15 phút. Đeo găng tay, xoa bóp túi 5 phút một lần để đảm bảo nấu chín đều. Khi đồng hồ bấm giờ đã dừng, lấy túi ra khỏi nồi cách thủy và chuyển bánh tortilla sang đĩa phục vụ.

Frittata chay nhẹ

Thời gian chuẩn bị + nấu: 1 tiếng 40 phút | Khẩu phần: 5

Thành phần

1 muỗng canh dầu ô liu

1 củ hành vừa xắt nhỏ

muối để hương vị

4 tép tỏi, băm nhỏ

1 daikon, bóc vỏ và thái hạt lựu

2 củ cà rốt, gọt vỏ và thái hạt lựu

1 củ cải, bóc vỏ và thái hạt lựu

1 chén bí ngô, gọt vỏ và thái hạt lựu

6 ounces nấm sò, xắt nhỏ

¼ chén lá mùi tây, tươi thái nhỏ

Một nhúm mảnh ớt đỏ

5 quả trứng lớn

¼ cốc sữa nguyên chất

địa chỉ

Chuẩn bị một nồi cách thủy và đặt Sous Vide vào đó. Đặt thành 175 F. Bôi trơn một vài lọ bằng dầu. Để qua một bên.

Đun nóng chảo trên lửa lớn với dầu. Thêm mồ hôi hành tây trong 5 phút. Thêm tỏi và nấu trong 30 giây. Mùa muối. Kết hợp cà rốt, daikon, bí và củ cải vàng. Nêm muối và nấu thêm 10 phút nữa. Thêm nấm và nêm hạt tiêu và rau mùi tây. Nấu trong 5 phút.

Trong một cái bát, đánh trứng và sữa. Mùa muối. Tách hỗn hợp giữa các lọ với rau. Niêm phong và ngâm lọ trong bồn nước. Nấu trong 60 phút. Khi bộ hẹn giờ đã dừng, hãy tháo lọ ra. Để nguội và phục vụ.

Sandwich bơ và trứng

Thời gian chuẩn bị + nấu: 70 phút | Khẩu phần: 4

Thành phần:

8 lát bánh mì

4 quả trứng

1 quả bơ

1 muỗng cà phê ớt bột

4 muỗng cà phê sốt hollandaise

1 muỗng canh rau mùi tây xắt nhỏ

Muối và hạt tiêu đen để nếm

Địa chỉ:

Chuẩn bị một nồi cách thủy và đặt Sous Vide vào đó. Đặt thành 145 F. Vớt cùi bơ ra và nghiền. Thêm nước sốt và gia vị. Cho trứng vào túi hút chân không. Giải phóng không khí bằng phương pháp thay thế nước, niêm phong và nhúng túi vào bể nước. Đặt hẹn giờ trong 1 giờ.

Một khi điều này được thực hiện, ngay lập tức đặt nó vào một bồn nước đá để làm mát. Lột vỏ và cắt trứng thành lát.

Trải một nửa lát trứng với bơ nghiền nhuyễn và phủ các lát trứng lên trên. Che với những lát bánh mì còn lại.

trứng quỷ

Thời gian chuẩn bị + nấu: 75 phút | Khẩu phần: 6

Thành phần:

6 quả trứng

nước cốt của 1 quả chanh

2 muỗng canh rau mùi tây xắt nhỏ

1 quả cà chua, xắt nhỏ

2 muỗng canh ô liu đen xắt nhỏ

1 thìa sữa chua

1 muỗng canh dầu ô liu

1 muỗng cà phê mù tạt

1 muỗng cà phê ớt bột

Địa chỉ:

Chuẩn bị một nồi cách thủy và đặt Sous Vide vào đó. Đặt ở 170 F. Đặt trứng vào túi có thể hút chân không. Giải phóng không khí bằng phương pháp thay thế nước, niêm phong và nhúng túi vào bể nước. Đặt hẹn giờ trong 1 giờ.

Khi đã sẵn sàng, hãy tháo túi ra và đặt vào chậu nước đá để làm mát và bóc vỏ. Cắt làm đôi và loại bỏ lòng đỏ. Thêm các thành phần còn lại vào lòng đỏ và khuấy để kết hợp. Đổ hỗn hợp vào trứng.

Trứng luộc

Thời gian chuẩn bị + nấu: 1 tiếng 10 phút | Khẩu phần: 3

Thành phần:

3 quả trứng lớn

tắm nước đá

Địa chỉ:

Tạo một nồi cách thủy, đặt Sous Vide vào đó và điều chỉnh ở nhiệt độ 165 F. Đặt trứng vào nồi cách thủy và đặt hẹn giờ trong 1 giờ.

Khi bộ đếm thời gian đã dừng, hãy chuyển trứng vào bồn nước đá. Bóc trứng. Phục vụ như một chiếc bánh sandwich hoặc trong món salad.

Trứng muối

Thời gian chuẩn bị + nấu: 2 giờ 10 phút | Khẩu phần: 6

Thành phần:

6 quả trứng

1 muỗng canh hạt tiêu

Nước ép từ một hộp củ cải đường

1 chén giấm

½ muỗng canh muối

2 tép tỏi

1 lá nguyệt quế

¼ chén) đường

Địa chỉ:

Chuẩn bị một nồi cách thủy và đặt Sous Vide vào đó. Đặt thành 170 F. Cẩn thận thả trứng vào nước và nấu trong 1 giờ. Sử dụng một cái muỗng có rãnh, chuyển vào một bát nước đá lớn và làm lạnh trong vài phút. Gọt vỏ và cho vào lọ 1 lít có nắp đậy.

Trong một bát nhỏ kết hợp các thành phần còn lại. Đổ trứng, đậy kín và ngâm trong bồn tắm. Nấu trong 1 giờ. Lấy bình ra khỏi nồi cách thủy và để nguội đến nhiệt độ phòng.

trứng mềm và ớt

Thời gian chuẩn bị + nấu: 60 phút | Khẩu phần: 5

Thành phần:

1 thìa ớt bột

5 quả trứng

Muối và hạt tiêu đen để nếm

Địa chỉ:

Chuẩn bị một nồi cách thủy và đặt Sous Vide vào đó. Đặt thành 147 F. Đặt trứng vào túi có thể hút chân không. Giải phóng không khí bằng phương pháp thay thế nước, bịt kín và ngâm trong bồn tắm. Nấu trong 50 phút.

Khi bộ đếm thời gian đã dừng, hãy lấy túi ra và đặt chúng vào chậu nước đá để làm lạnh và bóc vỏ. Rắc trứng với gia vị và phục vụ.

trứng Benedict

Thời gian chuẩn bị + nấu: 70 phút | Khẩu phần: 4

Thành phần:

4 quả trứng

3 ounces thịt xông khói, thái lát

5 muỗng canh sốt hollandaise

4 bánh nướng xốp

Muối và hạt tiêu đen để nếm

Địa chỉ:

Chuẩn bị một nồi cách thủy và đặt Sous Vide vào đó. Đặt ở 150 F. Đặt trứng vào túi có thể hút chân không. Giải phóng không khí bằng phương pháp thay thế nước, niêm phong và nhúng túi vào bể nước. Đặt hẹn giờ trong 1 giờ.

Khi bộ hẹn giờ đã dừng, hãy lấy túi ra và tách ra. Bóc trứng và đặt lên trên bánh nướng xốp. Rưới nước sốt và rắc muối và hạt tiêu. Top với thịt xông khói.

Trứng bác thì là và nghệ

Thời gian chuẩn bị + nấu: 35 phút | Khẩu phần: 8

Thành phần:

8 quả trứng

1 muỗng canh bột nghệ

¼ chén thì là

1 muỗng cà phê muối

nhúm ớt bột

Địa chỉ:

Chuẩn bị một nồi cách thủy và đặt Sous Vide vào đó. Đặt thành 165 F. Đánh trứng vào bát cùng với các nguyên liệu còn lại. Chuyển sang túi hút chân không. Giải phóng không khí bằng phương pháp thay thế nước, niêm phong và nhúng túi vào bể nước. Đặt hẹn giờ trong 15 phút.

Khi bộ đếm thời gian đã dừng, hãy tháo túi ra và xoa bóp nhẹ nhàng để kết hợp. Nấu thêm 15 phút nữa. Lấy túi ra khỏi nước một cách cẩn thận. Phục vụ nóng.

trứng chần

Thời gian chuẩn bị + nấu: 65 phút | Khẩu phần: 4

Thành phần:

4 cốc nước

4 quả trứng ớt

1 muỗng canh sốt mayonaise

Muối và hạt tiêu đen để nếm

Địa chỉ:

Chuẩn bị một nồi cách thủy và đặt Sous Vide vào đó. Đặt ở 145 F. Đặt trứng vào túi có thể hút chân không. Giải phóng không khí bằng phương pháp thay thế nước, bịt kín và ngâm bồn tắm. Đặt hẹn giờ trong 55 phút.

Khi bộ đếm thời gian đã dừng, hãy lấy túi ra và chuyển sang chậu nước đá để làm mát và bóc vỏ. Trong khi đó, đun sôi nước trong nồi. Cho trứng đã bóc vỏ vào bên trong và nấu trong một phút. Trong khi trứng đang nấu, trộn các thành phần còn lại. Phun trứng.

trứng trong thịt xông khói

Thời gian chuẩn bị + nấu: 7 giờ 15 phút | Khẩu phần: 4

Thành phần:

4 quả trứng luộc

1 muỗng cà phê bơ

7 ounces thịt xông khói, thái lát

1 muỗng canh mù tạt Dijon

4 ounces phô mai mozzarella, thái lát

Muối và hạt tiêu đen để nếm

Địa chỉ:

Chuẩn bị một nồi cách thủy và đặt Sous Vide vào đó. Đặt thành 140 F. Chà thịt xông khói với bơ và hạt tiêu. Đặt một lát phô mai mozzarella lên trên mỗi quả trứng và bọc trứng cùng với phô mai trong thịt xông khói.

Chải với mù tạt và cho vào túi có khóa kéo. Giải phóng không khí bằng phương pháp thay thế nước, niêm phong và nhúng túi vào bể nước. Đặt hẹn giờ trong 7 giờ. Khi bộ đếm thời gian đã dừng, hãy lấy túi ra và chuyển sang đĩa. Phục vụ nóng.

trứng cà chua anh đào

Thời gian chuẩn bị + nấu: 40 phút | Khẩu phần: 6

Thành phần:

10 quả trứng

1 chén cà chua bi, giảm một nửa

2 muỗng canh kem chua

1 muỗng canh hẹ

½ cốc sữa

½ thìa hạt nhục đậu khấu

1 muỗng cà phê bơ

1 muỗng cà phê muối

Địa chỉ:

Chuẩn bị một nồi cách thủy và đặt Sous Vide vào đó. Đặt nó thành 170 F.

Đặt cà chua bi vào một chiếc túi hút chân không lớn. Đánh trứng với các nguyên liệu còn lại và đổ lên cà chua. Giải phóng không khí bằng phương pháp thay thế nước, niêm phong và nhúng túi vào bể nước. Đặt hẹn giờ trong 30 phút.

Một khi điều này được thực hiện, loại bỏ túi và chuyển nó vào đĩa.

tranh giành Pastrami

Thời gian chuẩn bị + nấu: 25 phút | Khẩu phần: 3

Thành phần:

6 quả trứng

½ chén pastrami

2 muỗng canh kem nặng

Muối và hạt tiêu đen để nếm

2 muỗng canh bơ tan chảy

3 lát bánh mì nướng

Địa chỉ:

Chuẩn bị một nồi cách thủy và đặt Sous Vide vào đó. Đặt thành 167 F. Đánh kem bơ, trứng, kem và gia vị cùng nhau trong túi hút chân không có thể hàn kín. Giải phóng không khí bằng phương pháp thay thế nước, niêm phong và nhúng túi vào bể nước. Đặt hẹn giờ trong 15 phút. Khi bộ đếm thời gian đã dừng, hãy lấy túi ra và chuyển trứng ra đĩa. Phục vụ trên bánh mì nướng.

Cà chua Shakshuka

Thời gian chuẩn bị + nấu: 2 giờ 10 phút | Khẩu phần: 3

Thành phần:

28 ounce cà chua nghiền đóng hộp

6 quả trứng

1 muỗng canh ớt bột

2 tép tỏi băm nhỏ

Muối và hạt tiêu đen để nếm

2 muỗng cà phê thì là

¼ chén rau mùi thái nhỏ

Địa chỉ:

Chuẩn bị một nồi cách thủy và đặt Sous Vide vào đó. Đặt thành 148 F. Đặt trứng vào túi có thể hút chân không. Giải phóng không khí bằng phương pháp thay thế nước, niêm phong và nhúng túi vào bể nước. Kết hợp các thành phần còn lại trong một túi hút chân không khác. Đặt hẹn giờ trong 2 giờ.

Chia nước sốt cà chua trong ba bát. Khi bộ đếm thời gian đã dừng, hãy tháo túi ra. Bóc vỏ trứng và đặt 2 quả vào mỗi bát.

Tortilla rau bina

Thời gian chuẩn bị + nấu: 20 phút | Khẩu phần: 2

Thành phần:

4 quả trứng lớn, bị đánh tan

¼ cốc sữa chua Hy Lạp

¾ chén rau bina tươi, thái nhỏ

1 muỗng canh bơ

¼ chén phô mai cheddar bào nhỏ

¼ muỗng cà phê muối

Địa chỉ:

Chuẩn bị một nồi cách thủy, đặt Sous Vide vào đó và điều chỉnh ở nhiệt độ 165 F. Đánh trứng vào một bát vừa. Thêm sữa chua, muối và phô mai. Cho hỗn hợp vào túi hút chân không và đóng kín. Nhúng túi vào bồn nước. Nấu trong 10 phút.

Đun chảy bơ trong chảo trên lửa vừa. Thêm rau bina và nấu trong 5 phút. Để qua một bên. Khi bộ đếm thời gian đã dừng, hãy tháo túi ra và chuyển trứng vào đĩa phục vụ. Lên trên với rau bina và gấp bánh tortilla.

Arugula và prosciutto trứng tráng

Thời gian chuẩn bị + nấu: 25 phút | Khẩu phần: 2

Thành phần:

4 lát giăm bông serrano mỏng

5 quả trứng lớn

¼ chén arugula tươi, thái nhỏ

¼ chén bơ thái lát

Muối và hạt tiêu đen để nếm

Địa chỉ:

Chuẩn bị một nồi cách thủy, đặt Sous Vide vào đó và điều chỉnh ở nhiệt độ 167 F. Đánh trứng với rau arugula, muối và tiêu. Chuyển sang túi hút chân không. Nhấn để loại bỏ không khí, sau đó đóng nắp. Nấu trong 15 phút. Khi đồng hồ bấm giờ đã dừng, hãy lấy túi ra, mở và chuyển bánh tortilla sang đĩa phục vụ và cho các lát bơ và prosciutto lên trên.

Trứng tráng hành lá và gừng

Thời gian chuẩn bị + nấu: 20 phút | Khẩu phần: 2

Thành phần:

8 quả trứng miễn phí, bị đánh đập

½ chén hẹ

1 muỗng cà phê gừng tươi nạo

1 muỗng canh dầu ô liu nguyên chất

Muối và hạt tiêu đen để nếm

Địa chỉ:

Chuẩn bị một bể nước, đặt Sous Vide vào đó và điều chỉnh thành 165 F.

Trong một bát vừa, đánh trứng, gừng, muối và hạt tiêu. Chuyển hỗn hợp vào túi hút chân không và đóng kín. Nhúng túi vào bồn nước. Nấu trong 10 phút.

Đun nóng dầu trong chảo trên lửa vừa. Nấu hẹ trong 2 phút. Khi đồng hồ bấm giờ đã dừng, hãy tháo túi ra, mở và lấy bánh tortilla ra đĩa phục vụ. Thái lát mỏng, rắc hành tây lên trên và xếp bánh tortilla lên để dùng.

ngón tay gà ý

Thời gian chuẩn bị + nấu: 2 giờ 20 phút | Khẩu phần: 3

Thành phần:

1 pound ức gà, không xương và không da

1 chén bột hạnh nhân

1 muỗng cà phê tỏi băm

1 muỗng cà phê muối

½ muỗng cà phê ớt cayenne

2 muỗng cà phê thảo mộc Ý hỗn hợp

¼ muỗng cà phê tiêu đen

2 quả trứng đánh tan

¼ chén dầu ô liu

Địa chỉ:

Rửa sạch thịt dưới vòi nước lạnh và thấm khô bằng giấy ăn. Nêm các loại thảo mộc Ý đã trộn và cho vào hộp lớn có thể hút chân không. Đậy kín túi và nấu trong sous vide trong 2 giờ ở 167 F. Lấy ra khỏi nồi cách thủy và đặt sang một bên.

Bây giờ kết hợp bột mì, muối, ớt cayenne, các loại thảo mộc Ý và ớt cayenne trong một cái bát và đặt sang một bên. Trong một bát riêng, đánh trứng và đặt sang một bên.

Đun nóng dầu ô liu trong chảo lớn trên lửa vừa. Nhúng gà vào trứng đã đánh và áo qua hỗn hợp bột mì. Chiên trong 5 phút mỗi bên hoặc cho đến khi vàng nâu.

Cherry gà cắn

Thời gian chuẩn bị + nấu: 1 tiếng 40 phút | Khẩu phần: 3

Thành phần:

1 pound ức gà, không xương và không da, cắt thành miếng nhỏ

1 chén ớt chuông đỏ xắt nhỏ

1 chén ớt chuông xanh, xắt nhỏ

1 chén cà chua bi

1 chén dầu ô liu

1 muỗng cà phê hỗn hợp gia vị Ý

1 muỗng cà phê ớt cayenne

½ muỗng cà phê oregano khô

Muối và hạt tiêu đen để nếm

Địa chỉ:

Rửa sạch thịt dưới vòi nước lạnh và thấm khô bằng giấy ăn. Cắt thành từng miếng nhỏ và dự trữ. Rửa ớt chuông và cắt chúng thành miếng. Cà chua bi rửa sạch, bỏ cuống xanh. Để qua một bên.

Trong một cái bát, trộn dầu ô liu với gia vị Ý, cayenne, muối và tiêu.

Khuấy cho đến khi kết hợp tốt. Thêm thịt và áo khoác tốt với nước xốt. Để yên trong 30 phút để gia vị ngấm và thấm vào thịt.

Đặt thịt cùng với rau trong một túi hút chân không lớn. Thêm ba thìa nước xốt và đóng túi. Nấu trong sous vide trong 1 giờ ở 149 F.

Bánh mì nướng hồng quế

Thời gian chuẩn bị + nấu: 4 giờ 10 phút | Khẩu phần: 6

Thành phần:

4 lát bánh mì nướng

4 quả hồng, xắt nhỏ

3 thìa đường

½ muỗng cà phê quế

2 muỗng canh nước cam

½ muỗng cà phê chiết xuất vani

Địa chỉ:

Chuẩn bị một nồi cách thủy và đặt Sous Vide vào đó. Đặt nó thành 155 F.

Cho quả hồng vào túi hút chân không. Thêm nước cam, chiết xuất vani, đường và quế. Đóng túi và lắc đều để phủ các miếng hồng. Giải phóng không khí bằng phương pháp thay thế nước, niêm phong và nhúng túi vào bể nước. Đặt hẹn giờ trong 4 giờ.

Khi bộ đếm thời gian đã dừng, hãy tháo túi ra và chuyển quả hồng vào máy chế biến thực phẩm. Trộn cho đến khi mịn. Phết hỗn hợp hồng lên bánh mì nướng.

Cánh gà gừng

Thời gian chuẩn bị + nấu: 2 tiếng 25 phút | Khẩu phần: 4

Thành phần:

2 cân cánh gà

¼ chén dầu ô liu nguyên chất

4 tép tỏi

1 muỗng canh lá hương thảo thái nhỏ

1 muỗng cà phê tiêu trắng

1 muỗng cà phê ớt cayenne

1 muỗng canh húng tây tươi, thái nhỏ

1 muỗng canh gừng tươi nạo

¼ chén nước cốt chanh

½ chén giấm táo

Địa chỉ:

Rửa sạch cánh gà dưới vòi nước lạnh và để ráo nước trong một cái chao lớn.

Trong một bát lớn, kết hợp dầu ô liu với tỏi, hương thảo, tiêu trắng, ớt cayenne, cỏ xạ hương, gừng, nước cốt chanh và giấm táo. Nhúng cánh vào hỗn hợp này và đậy nắp. Làm lạnh trong một giờ.

Chuyển cánh cùng với nước xốt vào một túi hút chân không lớn. Niêm phong túi và sous vide nấu trong 1 giờ 15 phút ở 149 F. Lấy ra khỏi túi hút chân không và có màu nâu trước khi ăn. Phục vụ và thưởng thức!

bánh mì thịt

Thời gian chuẩn bị + nấu: 1 tiếng 55 phút | Khẩu phần: 4

Thành phần:

1 pound thịt bò nạc xay

1 quả trứng

2 muỗng canh hạnh nhân thái nhỏ

2 muỗng canh bột hạnh nhân

1 chén hành tây thái nhỏ

2 tép tỏi nghiền

¼ chén dầu ô liu

Muối và hạt tiêu đen để nếm

¼ chén lá mùi tây, thái nhỏ

Địa chỉ:

Trong một cái bát, trộn thịt bò xay với hành tây, tỏi, dầu, muối, hạt tiêu, rau mùi tây và hạnh nhân đã thái nhỏ. Trộn đều bằng nĩa và dần dần thêm một ít bột hạnh nhân.

Đánh một quả trứng và để tủ lạnh trong 40 phút. Lấy thịt ra khỏi tủ lạnh và cẩn thận nặn thành những miếng dày 1 inch, đường kính khoảng 4 inch. Đặt trong hai túi hút chân không riêng biệt và nấu trên sous vide trong một giờ ở 129 F.

bông cải xanh nhồi bông

Thời gian chuẩn bị + nấu: 65 phút | Khẩu phần: 3

Thành phần:

1 pound bắp cải hấp
1 pound thịt bò nạc xay
1 củ hành nhỏ thái nhỏ
1 muỗng canh dầu ô liu
Muối và hạt tiêu đen để nếm
1 muỗng cà phê bạc hà tươi, thái nhỏ

Địa chỉ:

Đun sôi một nồi nước lớn và cho rau vào. Nấu nhanh, trong 2-3 phút. Xả và nhẹ nhàng vắt rau và dự trữ.

Trong một bát lớn, kết hợp thịt bò xay, hành tây, dầu, muối, hạt tiêu và bạc hà. Khuấy đều cho đến khi kết hợp. Đặt những chiếc lá trên bề mặt làm việc của bạn, các đường gân hướng lên trên. Sử dụng một muỗng canh hỗn hợp thịt và đặt nó ở giữa dưới cùng của mỗi tấm. Gấp ở hai bên và cuộn lên tốt. Nhét vào hai bên và nhẹ nhàng chuyển vào một chiếc túi hút chân không lớn. Đậy kín túi và nấu trên sous vide trong 45 phút ở 167 F.

Herbed Xúc xích Ý Pannini

Thời gian chuẩn bị + nấu: 3 giờ 15 phút | Khẩu phần: 4

Thành phần

1 pound xúc xích Ý

1 ớt chuông đỏ cắt thành lát

1 quả ớt chuông vàng, thái lát

1 củ hành tây thái lát

1 tép tỏi băm nhỏ

1 cốc nước ép cà chua

1 muỗng cà phê oregano khô

1 muỗng cà phê húng quế khô

1 muỗng cà phê dầu ô liu

Muối và hạt tiêu đen để nếm

4 lát bánh mì

địa chỉ

Chuẩn bị một nồi cách thủy và đặt Sous Vide vào đó. Đặt nó thành 138 F.

Cho xúc xích vào túi hút chân không. Thêm tỏi, húng quế, hành tây, ớt chuông, nước ép cà chua và lá oregano vào mỗi túi. Giải phóng không khí bằng phương pháp thay thế nước, niêm phong và nhúng túi vào bồn nước. Nấu trong 3 giờ.

Khi bộ đếm thời gian đã dừng, lấy xúc xích ra và chuyển sang chảo nóng. Chiên chúng 1 phút mỗi bên. Để qua một bên. Thêm các thành phần còn lại vào chảo, nêm muối và hạt tiêu. Nấu cho đến khi nước bốc hơi hết. Cho xúc xích và các nguyên liệu còn lại vào giữa bánh mì.

Atisô chanh và tỏi

Thời gian chuẩn bị + nấu: 2 giờ 15 phút | Khẩu phần: 5

Thành phần:

3 bông atisô

Nước cốt của 3 quả chanh

1 muỗng canh mù tạt

5 tép tỏi, băm nhỏ

1 muỗng canh hành lá xắt nhỏ

4 muỗng canh dầu ô liu

Địa chỉ:

Chuẩn bị một nồi cách thủy và đặt Sous Vide vào đó. Mang đến 195 F. Rửa sạch và tách atisô. Đặt trong hộp nhựa. Thêm các thành phần còn lại và lắc đều. Đặt toàn bộ hỗn hợp trong một túi nhựa. Đậy kín và nhúng túi vào chậu nước. Đặt hẹn giờ trong 2 giờ.

Khi bộ hẹn giờ đã dừng, hãy lấy túi ra và nướng trong một phút mỗi mặt.

Panko lòng đỏ croquettes

Thời gian chuẩn bị + nấu: 60 phút | Khẩu phần: 5

Thành phần:

2 quả trứng cộng với 5 lòng đỏ

1 chén vụn bánh mì panko

3 muỗng canh dầu ô liu

5 muỗng canh bột mì

¼ muỗng cà phê gia vị Ý

½ muỗng cà phê muối

¼ muỗng cà phê ớt bột

Địa chỉ:

Chuẩn bị một nồi cách thủy và đặt Sous Vide vào đó. Mang đến 150 F. Đặt lòng đỏ vào nước (không có túi hoặc thủy tinh) và nấu trong 45 phút, lật nửa chừng. Để nguội một chút. Đánh trứng cùng với các thành phần khác, trừ dầu. Nhúng lòng đỏ vào hỗn hợp panko-trứng.

Đun nóng dầu trong chảo. Chiên lòng đỏ trong vài phút cho mỗi bên, cho đến khi vàng.

mù tạt ớt

Thời gian chuẩn bị + nấu: 4 giờ 15 phút | Khẩu phần ăn: 9)

Thành phần:

16 ounce đậu xanh, ngâm qua đêm và để ráo nước

2 tép tỏi băm nhỏ

1 muỗng cà phê tương ớt

¼ muỗng cà phê ớt bột

½ muỗng cà phê ớt mảnh

½ chén dầu ô liu

1 thìa muối

6 cốc nước

Địa chỉ:

Chuẩn bị một nồi cách thủy và đặt Sous Vide vào đó. Mang đến 195 F. Đặt đậu xanh và nước vào túi nhựa. Giải phóng không khí bằng phương pháp thay thế nước, niêm phong và nhúng túi vào bể nước. Đặt hẹn giờ trong 4 giờ.

Khi bộ đếm thời gian đã dừng, hãy tháo túi ra, để ráo nước và chuyển đậu gà vào máy chế biến thực phẩm. Thêm các thành phần còn lại. Trộn cho đến khi mịn.

đùi mù tạt

Thời gian chuẩn bị + nấu: 1 tiếng | Khẩu phần: 5

Thành phần:

2 cân đùi gà

¼ chén mù tạt Dijon

2 tép tỏi nghiền

2 muỗng canh amino dừa

1 muỗng cà phê muối hồng Himalaya

½ muỗng cà phê tiêu đen

Địa chỉ:

Rửa sạch dùi trống dưới vòi nước lạnh. Xả trong một cái chao lớn và dự trữ.

Trong một bát nhỏ, kết hợp Dijon với tỏi nghiền, dừa, muối và hạt tiêu. Phết hỗn hợp lên thịt bằng bàn chải nhà bếp và cho vào một túi hút chân không lớn. Đậy kín túi và nấu trên sous vide trong 45 phút ở 167 F.

Cà tím tròn với quả hồ trăn

Thời gian chuẩn bị + nấu: 8 giờ 10 phút | Khẩu phần: 8

Thành phần:

3 quả cà tím thái lát

¼ chén quả hồ trăn nghiền

1 muỗng súp miso

1 muỗng canh mirin

2 muỗng cà phê dầu ô liu

1 muỗng cà phê hẹ

Muối và hạt tiêu đen để nếm

Địa chỉ:

Chuẩn bị một nồi cách thủy và đặt Sous Vide vào đó. Đặt nó thành 185 F.

Đánh đều dầu, mirin, hẹ, miso và hạt tiêu. Chải các lát cà tím với hỗn hợp này. Đặt trong một túi hút chân không một lớp và phủ hạt dẻ cười lên trên. Lặp lại quá trình cho đến khi bạn sử dụng tất cả các thành phần. Giải phóng không khí bằng phương pháp thay thế nước, niêm phong và nhúng túi vào bể nước. Đặt hẹn giờ trong 8 giờ. Khi bộ đếm thời gian đã dừng, hãy lấy túi và đĩa ra.

chấm đậu xanh

Thời gian chuẩn bị + nấu: 45 phút | Khẩu phần: 8

Thành phần:

2 chén đậu xanh

3 muỗng canh kem nặng

1 muỗng canh ngải giấm

1 tép tỏi

1 muỗng cà phê dầu ô liu

Muối và hạt tiêu đen để nếm

¼ chén táo xắt nhỏ

Địa chỉ:

Chuẩn bị một nồi cách thủy và đặt Sous Vide vào đó. Mang đến 185 F. Đặt tất cả các thành phần trong túi có thể hút chân không. Giải phóng không khí bằng phương pháp thay thế nước, niêm phong và nhúng túi vào bể nước. Đặt hẹn giờ trong 32 phút. Khi bộ hẹn giờ đã dừng, lấy túi ra và trộn bằng máy trộn cầm tay cho đến khi mịn.

khoai tây chiên

Thời gian chuẩn bị + nấu: 45 | Khẩu phần: 6

Thành phần:

3 pound khoai tây, thái lát

5 cốc nước

Muối và hạt tiêu đen để nếm

¼ muỗng cà phê bicarbonate soda

Địa chỉ:

Chuẩn bị một nồi cách thủy và đặt Sous Vide vào đó. Đặt thành 195F.

Đặt miếng khoai tây, nước, muối và muối nở vào túi hút chân không. Giải phóng không khí bằng phương pháp thay thế nước, niêm phong và nhúng túi vào bể nước. Đặt hẹn giờ trong 25 phút.

Trong khi đó, đun nóng dầu trong chảo trên lửa vừa. Khi bộ hẹn giờ đã dừng, lấy các lát khoai tây ra khỏi nước muối và lau khô. Nấu trong dầu vài phút, cho đến khi vàng.

salad gà tây với dưa chuột

Thời gian chuẩn bị + nấu: 2 giờ 20 phút | Khẩu phần: 3

Thành phần:

1 pound ức gà tây, thái lát

½ chén nước luộc gà

2 tép tỏi băm nhỏ

2 muỗng canh dầu ô liu

1 muỗng cà phê muối

¼ muỗng cà phê ớt cayenne

2 lá nguyệt quế

1 quả cà chua vừa xắt nhỏ

1 quả ớt chuông đỏ lớn, xắt nhỏ

1 quả dưa chuột vừa

½ muỗng cà phê gia vị Ý

Địa chỉ:

Nêm gà tây với muối và ớt cayenne. Cho vào máy hút chân không cùng với nước dùng gà, tỏi và lá nguyệt quế. Niêm phong túi và nấu trên Sous Vide trong 2 giờ ở 167 F. Lấy ra và đặt sang một bên. Đặt rau vào một bát lớn và thêm gà tây.

Trộn với gia vị Ý và dầu ô liu. Trộn đều để kết hợp và phục vụ ngay lập tức.

bóng gừng

Thời gian chuẩn bị + nấu: 1 tiếng 30 phút | Khẩu phần: 3

Thành phần:

1 pound thịt bò xay

1 chén hành tây thái nhỏ

3 muỗng canh dầu ô liu

¼ chén rau mùi tươi, thái nhỏ

¼ chén bạc hà tươi, thái nhỏ

2 muỗng cà phê bột gừng

1 muỗng cà phê ớt cayenne

2 thìa cà phê muối

Địa chỉ:

Trong một bát lớn, kết hợp thịt bò xay, hành tây, dầu ô liu, rau mùi, bạc hà, rau mùi, bột gừng, ớt cayenne và muối. Định hình bánh mì kẹp thịt và làm lạnh trong 15 phút. Lấy ra khỏi tủ lạnh và chuyển sang các túi hút chân không riêng biệt. Nấu trong Sous Vide trong 1 giờ ở 154 F.

quả bóng cắn cá tuyết

Thời gian chuẩn bị + nấu: 105 phút | Khẩu phần: 5

Thành phần:

12 ounce cá tuyết băm nhỏ

2 ounce bánh mì

1 muỗng canh bơ

¼ chén bột mì

1 muỗng canh bột báng

2 muỗng canh nước

1 muỗng canh tỏi băm

Muối và hạt tiêu đen để nếm

¼ muỗng cà phê ớt bột

Địa chỉ:

Chuẩn bị một nồi cách thủy và đặt Sous Vide vào đó. Đặt thành 125F.

Kết hợp bánh mì và nước và trộn hỗn hợp. Thêm các thành phần còn lại và trộn đều để kết hợp. Làm bóng với hỗn hợp.

Xịt chảo bằng bình xịt nấu ăn và nấu các miếng bánh vừa ăn trên lửa vừa khoảng 15 giây mỗi mặt, cho đến khi nướng nhẹ. Cho cá tuyết đã cắn vào túi hút chân không. Giải phóng không khí bằng phương pháp thay thế nước, niêm phong và nhúng túi vào bể nước. Đặt hẹn giờ trong 1 giờ 30 phút. Khi đồng hồ bấm giờ đã dừng, hãy lấy túi ra và phục vụ món cá tuyết cắn. Tham gia.

Cà rốt tráng men

Thời gian chuẩn bị + nấu: 3 tiếng 10 phút | Khẩu phần: 4

Thành phần:

1 chén cà rốt bé

4 muỗng canh đường nâu

1 chén hẹ xắt nhỏ

1 muỗng canh bơ

Muối và hạt tiêu đen để nếm

1 thìa thì là

Địa chỉ:

Chuẩn bị một nồi cách thủy và đặt Sous Vide vào đó. Mang đến 165 F. Đặt tất cả các thành phần trong túi có thể hút chân không. Lắc để che. Giải phóng không khí bằng phương pháp thay thế nước, bịt kín và ngâm trong bể nước. Đặt hẹn giờ trong 3 giờ. Khi bộ đếm thời gian đã dừng, hãy tháo túi ra. Phục vụ nóng.

cánh gà nóng

Thời gian chuẩn bị + nấu: 4 giờ 15 phút | Khẩu phần: 4

Thành phần:

2 cân cánh gà

½ thanh bơ đun chảy

¼ chén nước sốt nóng đỏ

½ muỗng cà phê muối

Địa chỉ:

Chuẩn bị một nồi cách thủy và đặt Sous Vide vào đó. Đặt ở nhiệt độ 170 F. Ướp gà với muối và cho vào 2 túi có thể hút chân không. Giải phóng không khí bằng phương pháp thay thế nước, bịt kín và ngâm trong bồn tắm. Nấu trong 4 giờ. Một khi điều này được thực hiện, loại bỏ các túi. Đánh bại nước sốt và bơ. Trộn cánh với hỗn hợp.

Bánh nướng xốp thịt xông khói và hành tây

Thời gian chuẩn bị + nấu: 3 tiếng 45 phút | Khẩu phần: 5

Thành phần:

1 củ hành tây xắt nhỏ

6 ounces thịt xông khói, xắt nhỏ

1 chén bột mì

4 muỗng canh bơ tan chảy

1 quả trứng

1 muỗng cà phê baking soda

1 muỗng canh giấm

¼ muỗng cà phê muối

Địa chỉ:

Chuẩn bị một nồi cách thủy và đặt Sous Vide vào đó. Được thành lập tại 196 F.

Trong khi đó, trong chảo trên lửa vừa, nấu thịt xông khói cho đến khi giòn. Chuyển sang một cái bát và thêm hành tây vào mỡ thịt xông khói và nấu trong vài phút cho đến khi mềm.

Chuyển sang một cái bát và thêm các thành phần còn lại. Chia bột bánh muffin trong 5 lọ nhỏ. Hãy chắc chắn không lấp đầy hơn một nửa. Đặt các lọ vào bồn nước và đặt hẹn giờ trong 3 giờ 30 phút. Khi bộ đếm thời gian đã dừng, hãy lấy lọ ra và phục vụ.

Hến ngâm rượu trắng

Thời gian chuẩn bị + nấu: 1 tiếng 20 phút | Khẩu phần: 3

Thành phần:

1 pound hến tươi

3 muỗng canh dầu ô liu nguyên chất

1 chén hành tây thái nhỏ

¼ chén mùi tây tươi, thái nhỏ

3 muỗng canh húng tây tươi xắt nhỏ

1 muỗng canh vỏ chanh

1 chén rượu trắng khô

Địa chỉ:

Trong một chảo vừa, đun nóng dầu. Thêm hành tây và xào cho đến khi mờ. Thêm vỏ chanh, rau mùi tây và cỏ xạ hương. Khuấy đều và chuyển vào túi hút chân không. Thêm hến và một chén rượu trắng khô. Đậy kín túi và nấu trên Sous Vide trong 40 phút ở 104 F.

Ngô tamari trên lõi ngô

Thời gian chuẩn bị + nấu: 3 giờ 15 phút | Khẩu phần: 8

Thành phần:

1 pound bắp ngô

1 muỗng canh bơ

¼ chén nước sốt tamari

2 muỗng canh tương miso

1 muỗng cà phê muối

Địa chỉ:

Chuẩn bị một nồi cách thủy và đặt Sous Vide vào đó. Đặt nó thành 185 F.

Đánh đều tamari, bơ, miso và muối. Cho ngô vào túi nhựa và đổ hỗn hợp vào. Lắc để che. Giải phóng không khí bằng phương pháp thay thế nước, niêm phong và nhúng túi vào bể nước. Đặt hẹn giờ trong 3 giờ. Khi bộ đếm thời gian đã dừng, hãy tháo túi ra. Phục vụ nóng.

Sò điệp với thịt xông khói

Thời gian chuẩn bị + nấu: 50 phút | Khẩu phần: 6

Thành phần:

10 ounce sò điệp

3 ounces thịt xông khói, thái lát

½ củ hành tây bào

½ muỗng cà phê tiêu trắng

1 muỗng canh dầu ô liu

Địa chỉ:

Chuẩn bị một nồi cách thủy và đặt Sous Vide vào đó. Đặt nó thành 140 F.

Rắc hành tây bào lên trên sò điệp và bọc bằng những lát thịt xông khói. Rắc tiêu trắng và rưới dầu. Đặt trong một túi nhựa. Giải phóng không khí bằng phương pháp thay thế nước, niêm phong và nhúng túi vào bể nước. Đặt hẹn giờ trong 35 phút. Khi bộ đếm thời gian đã dừng, hãy tháo túi ra. Tham gia.

tôm khai vị

Thời gian chuẩn bị + nấu: 75 phút | Khẩu phần: 8

Thành phần:

1 pound tôm

3 muỗng canh dầu mè

3 thìa nước cốt chanh

½ chén mùi tây

Muối và hạt tiêu trắng để nếm

Địa chỉ:

Chuẩn bị một nồi cách thủy và đặt Sous Vide vào đó. Đặt nó thành 140 F.

Đặt tất cả các thành phần trong một túi hút chân không. Lắc đều để tôm được phủ đều. Giải phóng không khí bằng phương pháp thay thế nước, niêm phong và nhúng túi vào bể nước. Đặt hẹn giờ trong 1 giờ. Khi bộ đếm thời gian đã dừng, hãy tháo túi ra. Phục vụ nóng.

Kem gan gà

Thời gian chuẩn bị + nấu: 5 giờ 15 phút | Khẩu phần: 8

Thành phần:

1 pound gan gà

6 quả trứng

8 ounces thịt xông khói, xắt nhỏ

2 muỗng canh nước tương

3 lạng hẹ băm nhỏ

3 muỗng canh giấm

Muối và hạt tiêu đen để nếm

4 muỗng canh bơ

½ muỗng cà phê ớt bột

Địa chỉ:

Chuẩn bị một nồi cách thủy và đặt Sous Vide vào đó. Đặt nó thành 156 F.

Nấu thịt xông khói trong chảo trên lửa vừa, thêm hẹ và nấu trong 3 phút. Thêm nước tương và giấm. Chuyển sang máy xay cùng với các thành phần còn lại. Trộn cho đến khi mịn. Cho tất cả nguyên liệu vào lọ thủy tinh và đậy kín. Nấu trong

5 giờ. Khi bộ đếm thời gian đã dừng, hãy lấy bình ra và phục vụ.

rau bí với gừng

Thời gian chuẩn bị + nấu: 70 phút | Khẩu phần: 8

Thành phần:

14 ounce bí đỏ

1 muỗng canh gừng nạo

1 muỗng cà phê bơ tan chảy

1 thìa cà phê nước cốt chanh

Muối và hạt tiêu đen để nếm

¼ muỗng cà phê bột nghệ

Địa chỉ:

Chuẩn bị một nồi cách thủy và đặt Sous Vide vào đó. Đặt nó thành 185 F.

Gọt vỏ và cắt bí ngô thành lát. Đặt tất cả các thành phần trong một túi hút chân không. Lắc đều. Giải phóng không khí bằng phương pháp thay thế nước, niêm phong và nhúng túi vào bể nước. Đặt hẹn giờ trong 55 phút. Khi bộ đếm thời gian đã dừng, hãy tháo túi ra. Phục vụ nóng.

đuôi tôm hùm

Thời gian chuẩn bị + nấu: 50 phút | Khẩu phần: 6

Thành phần:

1 pound đuôi tôm hùm, dạng hạt

½ quả chanh

½ muỗng cà phê bột tỏi

¼ muỗng cà phê bột hành

1 muỗng canh hương thảo

1 muỗng cà phê dầu ô liu

Địa chỉ:

Chuẩn bị một nồi cách thủy và đặt Sous Vide vào đó. Đặt nó thành 140 F.

Nêm tôm hùm với tỏi và bột hành. Đặt trong một túi hút chân không. Thêm phần còn lại của các thành phần và lắc để phủ. Giải phóng không khí bằng phương pháp thay thế nước, niêm phong và nhúng túi vào bể nước. Đặt hẹn giờ trong 40 phút. Khi bộ đếm thời gian đã dừng, hãy tháo túi ra. Phục vụ nóng.

đậu hũ nướng

Thời gian chuẩn bị + nấu: 2 giờ 15 phút | Khẩu phần: 8

Thành phần:

15 ounce đậu phụ

3 muỗng canh nước sốt thịt nướng

2 muỗng canh nước sốt tamari

1 muỗng cà phê bột hành

1 muỗng cà phê muối

Địa chỉ:

Chuẩn bị một nồi cách thủy và đặt Sous Vide vào đó. Đặt nó thành 180 F.

Cắt đậu phụ thành khối. Đặt nó trong một túi nhựa. Giải phóng không khí bằng phương pháp thay thế nước, niêm phong và nhúng túi vào bể nước. Đặt hẹn giờ trong 2 giờ.

Khi bộ đếm thời gian đã dừng, hãy lấy túi ra và chuyển nó vào một cái bát. Thêm các thành phần còn lại và khuấy để kết hợp.

bánh mì nướng kiểu pháp ngon

Thời gian chuẩn bị + nấu: 100 phút | Khẩu phần: 2

Thành phần:

2 quả trứng

4 lát bánh mì

½ cốc sữa

½ muỗng cà phê quế

1 muỗng canh bơ tan chảy

Địa chỉ:

Chuẩn bị một nồi cách thủy và đặt Sous Vide vào đó. Đặt thành 150F.

Đánh trứng, sữa, bơ và quế. Đặt các lát bánh mì vào túi hút chân không và đổ hỗn hợp trứng vào. Lắc đều. Giải phóng không khí bằng phương pháp thay thế nước, niêm phong và nhúng túi vào bể nước. Đặt hẹn giờ trong 1 giờ 25 phút. Khi bộ đếm thời gian đã dừng, hãy tháo túi ra. Phục vụ nóng.

vịt ngọt và cay

Thời gian chuẩn bị + nấu: 70 phút | Khẩu phần: 4

Thành phần:

1 pound ức vịt

1 muỗng cà phê húng tây

1 muỗng cà phê oregano

2 thìa mật ong

½ thìa ớt bột

½ muỗng cà phê ớt bột

1 muỗng cà phê muối tỏi

1 muỗng canh dầu mè

Địa chỉ:

Chuẩn bị một nồi cách thủy và đặt Sous Vide vào đó. Đặt thành 158F.

Đánh đều mật ong, dầu, gia vị và thảo mộc. Chải vịt bằng hỗn hợp và cho vào túi hút chân không. Giải phóng không khí bằng phương pháp thay thế nước, niêm phong và nhúng túi vào bể nước. Đặt hẹn giờ trong 60 phút.

Khi bộ đếm thời gian đã dừng, hãy tháo túi ra và cắt thành ức vịt. Phục vụ nóng.

Sous Vide ngâm đại hoàng

Thời gian chuẩn bị + nấu: 40 phút | Khẩu phần: 8

Thành phần:

2 pound đại hoàng, thái lát

7 muỗng canh giấm táo

1 muỗng canh đường nâu

¼ cọng cần tây, xắt nhỏ

¼ muỗng cà phê muối

Địa chỉ:

Chuẩn bị một nồi cách thủy và đặt Sous Vide vào đó. Mang đến 180 F. Đặt tất cả các thành phần trong túi có thể hút chân không. Lắc đều. Giải phóng không khí bằng phương pháp thay thế nước, bịt kín và nhúng túi vào nồi cách thủy, nấu trong 25 phút. Khi bộ đếm thời gian đã dừng, hãy tháo túi ra. Phục vụ nóng.

thịt gà tây viên

Thời gian chuẩn bị + nấu: 2 giờ 10 phút | Khẩu phần: 4

Thành phần:

12 ounce gà tây xay

2 muỗng cà phê nước sốt cà chua

1 quả trứng

1 muỗng cà phê rau mùi

1 muỗng canh bơ

Muối và hạt tiêu đen để nếm

1 muỗng canh vụn bánh mì

½ muỗng cà phê húng tây

Địa chỉ:

Chuẩn bị một nồi cách thủy và đặt Sous Vide vào đó. Đặt nó thành 142 F.

Kết hợp tất cả các thành phần trong một bát. Tạo thành viên thịt với hỗn hợp. Đặt trong một túi hút chân không. Giải phóng không khí bằng phương pháp thay thế nước, niêm phong và nhúng túi vào bể nước. Đặt hẹn giờ trong 2 giờ. Khi bộ đếm thời gian đã dừng, hãy tháo túi ra. Phục vụ nóng.

Món đùi ngọt với cà chua phơi nắng

Thời gian chuẩn bị + nấu: 75 phút | Khẩu phần ăn: 7)

Thành phần:

2 cân đùi gà
3 ounces cà chua phơi nắng, xắt nhỏ
1 củ hành vàng xắt nhỏ
1 muỗng cà phê hương thảo
1 thìa đường
2 muỗng canh dầu ô liu
1 quả trứng đánh tan

Địa chỉ:

Chuẩn bị một nồi cách thủy và đặt Sous Vide vào đó. Đặt nó thành 149 F.

Kết hợp tất cả các thành phần trong một túi niêm phong chân không và lắc đều. Giải phóng không khí bằng phương pháp thay thế nước, niêm phong và nhúng túi vào bể nước. Đặt hẹn giờ trong 63 phút. Khi bộ đếm thời gian đã dừng, hãy lấy túi ra và phục vụ như mong muốn.

nước xốt gà

Thời gian chuẩn bị + nấu: 4 giờ 25 phút | Khẩu phần: 6

Thành phần:

2 cân đùi gà

3 muỗng canh hạt tiêu

1 chén nước luộc gà

½ chén nước tương

2 muỗng canh giấm

1 muỗng canh bột tỏi

Địa chỉ:

Chuẩn bị một nồi cách thủy và đặt Sous Vide vào đó. Đặt nó thành 155 F.

Cho thịt gà, nước tương và bột tỏi vào túi hút chân không. Giải phóng không khí bằng phương pháp thay thế nước, niêm phong và nhúng túi vào bể nước. Đặt hẹn giờ trong 4 giờ. Khi bộ đếm thời gian đã dừng, hãy lấy túi ra và đặt vào nồi. Thêm các thành phần còn lại. Nấu thêm 15 phút nữa.

Chorizo trái cây "Ăn tôi"

Thời gian chuẩn bị + nấu: 75 phút | Khẩu phần: 4

Thành phần

2½ cốc nho trắng không hạt, bỏ cuống

1 muỗng canh hương thảo tươi xắt nhỏ

2 thìa bơ

4 xúc xích chorizo

2 muỗng canh giấm balsamic

Muối và hạt tiêu đen để nếm

địa chỉ

Chuẩn bị một nồi cách thủy và đặt Sous Vide vào đó. Đặt thành 165 F. Đặt bơ, nho trắng, hương thảo và chorizo vào túi hút chân không. lắc kỹ Giải phóng không khí bằng phương pháp thay thế nước, niêm phong và nhúng túi vào bể nước. Nấu trong 60 phút.

Khi bộ đếm thời gian đã dừng, chuyển hỗn hợp chorizo vào đĩa. Trong một cái chảo nóng, đổ chất lỏng nấu ăn cùng với nho và giấm balsamic. Khuấy trong 3 phút. Phủ chorizo với nước sốt nho.

Gà và nấm sốt Marsala

Thời gian chuẩn bị + nấu: 2 tiếng 25 phút | Khẩu phần: 2

Thành phần:

2 ức gà, không xương và không da

1 chén rượu Marsala

1 chén nước luộc gà

14 ounce nấm, thái lát

½ muỗng canh bột mì

1 muỗng canh bơ

Muối và hạt tiêu đen để nếm

2 tép tỏi băm nhỏ

1 củ hẹ xắt nhỏ

Địa chỉ:

Chuẩn bị một nồi cách thủy và đặt Sous Vide vào đó. Đặt ở nhiệt độ 140 F. Nêm gà với muối và tiêu rồi cho vào túi hút chân không cùng với nấm. Giải phóng không khí bằng phương pháp thay thế nước, bịt kín và ngâm trong bể nước. Nấu trong 2 giờ.

Khi bộ đếm thời gian đã dừng, hãy tháo túi ra. Đun chảy bơ trong chảo trên lửa vừa, thêm bột mì và các nguyên liệu còn lại. Nấu cho đến khi nước sốt đặc lại. Thêm thịt gà và nấu trong 1 phút.

Rượu mơ vani vani

Thời gian chuẩn bị + nấu: 45 phút | Khẩu phần: 4

Thành phần

2 quả mơ, đọ sức và làm tư

½ chén rượu whisky lúa mạch đen

½ chén đường siêu mịn

1 muỗng cà phê chiết xuất vani

muối để hương vị

địa chỉ

Chuẩn bị một nồi cách thủy và đặt Sous Vide vào đó. Mang đến 182 F. Đặt tất cả các thành phần trong túi có thể hút chân không. Giải phóng không khí bằng phương pháp thay thế nước, bịt kín và ngâm trong bể nước. Nấu trong 30 phút. Khi bộ hẹn giờ đã dừng, hãy lấy túi ra và chuyển nó vào bồn nước đá.

hummus dày dạn dễ dàng

Thời gian chuẩn bị + nấu: 3 tiếng 35 phút | Khẩu phần: 6

Thành phần

1½ chén đậu xanh khô, ngâm qua đêm

2 lít nước

¼ chén nước cốt chanh

¼ chén tahini dán

2 tép tỏi băm nhỏ

2 muỗng canh dầu ô liu

½ muỗng cà phê hạt thì là

½ muỗng cà phê muối

1 muỗng cà phê ớt cayenne

địa chỉ

Chuẩn bị một nồi cách thủy và đặt Sous Vide vào đó. Được thành lập tại 196 F.

Lọc đậu gà và cho vào túi hút chân không với 1 lít nước. Giải phóng không khí bằng phương pháp thay thế nước, niêm phong và nhúng túi vào bể nước. Nấu trong 3 giờ. Khi bộ hẹn giờ đã dừng, lấy túi ra và chuyển sang chậu nước đá và để nguội.

Trong máy xay sinh tố, trộn nước cốt chanh và bột tahini trong 90 giây. Thêm tỏi, dầu ô liu, hạt thì là và muối, trộn trong 30 giây cho đến khi mịn. Vớt đậu ra để ráo. Để có một món khai vị mượt mà hơn, hãy gọt vỏ đậu xanh.

Trong một bộ xử lý thực phẩm, kết hợp một nửa số đậu xanh với hỗn hợp tahini và trộn trong 90 giây. Thêm đậu xanh còn lại và trộn cho đến khi mịn. Cho hỗn hợp ra đĩa và trang trí với ớt cayenne và đậu xanh để riêng.

đùi chanh Kaffir

Thời gian chuẩn bị + nấu: 80 phút | Khẩu phần ăn: 7)

Thành phần:

đùi gà 16 ounce

2 muỗng canh lá rau mùi

1 thìa bạc hà khô

1 muỗng cà phê húng tây

Muối và hạt tiêu trắng để nếm

1 muỗng canh dầu ô liu

1 muỗng canh lá chanh kaffir xắt nhỏ

Địa chỉ:

Chuẩn bị một nồi cách thủy và đặt Sous Vide vào đó. Đặt thành 153 F. Đặt tất cả nguyên liệu vào túi có thể hút chân không. Xoa bóp để gà phủ đều. Giải phóng không khí bằng phương pháp thay thế nước, niêm phong và nhúng túi vào bể nước. Đặt hẹn giờ trong 70 phút. Một khi điều này được thực hiện, loại bỏ túi. Phục vụ nóng.

Khoai tây nghiền sữa với hương thảo

Thời gian chuẩn bị + nấu: 1 tiếng 45 phút | Khẩu phần: 4

Thành phần

2 pound khoai tây đỏ

5 tép tỏi

8 lạng bơ

1 ly sữa nguyên kem

3 nhánh hương thảo

Muối và hạt tiêu trắng để nếm

địa chỉ

Chuẩn bị một nồi cách thủy và đặt Sous Vide vào đó. Đặt ở 193 F. Rửa sạch khoai tây, gọt vỏ và cắt miếng. Lấy tỏi, bóc vỏ và nghiền nát chúng. Kết hợp khoai tây, tỏi, bơ, 2 muỗng canh muối và hương thảo. Đặt trong một túi hút chân không. Giải phóng không khí bằng phương pháp thay thế nước, niêm phong và nhúng túi vào bể nước. Nấu trong 1 giờ 30 phút.

Khi bộ đếm thời gian đã dừng, hãy tháo túi ra và chuyển sang một cái bát và trộn chúng lại với nhau. Khuấy hỗn hợp bơ và sữa. Gia vị với muối và hạt tiêu. Top với hương thảo và phục vụ.

Đậu hũ xiên rau củ

Thời gian chuẩn bị + nấu: 65 phút | Khẩu phần ăn: 8)

Thành phần

1 bí xanh, thái lát

1 quả cà tím thái lát

1 quả ớt chuông vàng xắt nhỏ

1 quả ớt chuông đỏ xắt nhỏ

1 quả ớt xanh xắt nhỏ

16 ounces đậu phụ phô mai

¼ chén dầu ô liu

1 muỗng cà phê mật ong

Muối và hạt tiêu đen để nếm

địa chỉ

Chuẩn bị một nồi cách thủy và đặt Sous Vide vào đó. Đặt nó thành 186 F.

Cho bí ngòi và cà tím vào túi hút chân không. Đặt các miếng tiêu vào túi hút chân không. Giải phóng không khí bằng phương pháp thay thế nước, niêm phong và nhúng túi vào bồn nước. Nấu trong 45 phút. Sau 10 phút, đun nóng chảo trên lửa vừa.

Lọc đậu phụ và làm khô. Cắt thành khối. Chải với dầu ô liu và chuyển sang chảo và nướng cho đến khi vàng nâu ở mỗi bên. Chuyển sang một cái bát, đổ mật ong vào và đậy nắp. Để nguội. Khi bộ đếm thời gian đã dừng, hãy lấy các túi ra và chuyển tất cả các thứ bên trong vào một thùng chứa. Gia vị với muối và hạt tiêu. Loại bỏ nước ép nấu ăn. Sắp xếp rau và đậu phụ, xen kẽ, trên xiên.

Phi lê gà Dijon

Thời gian chuẩn bị + nấu: 65 phút | Khẩu phần: 4

Thành phần:

1 pound phi lê gà

3 muỗng canh mù tạt Dijon

2 củ hành tây

2 muỗng canh bột bắp

½ cốc sữa

1 muỗng canh vỏ chanh

1 muỗng cà phê húng tây

1 muỗng cà phê oregano

muối tỏi và hạt tiêu đen để hương vị

1 muỗng canh dầu ô liu

Địa chỉ:

Chuẩn bị một nồi cách thủy và đặt Sous Vide vào đó. Đặt thành 146 F. Đánh đều tất cả các nguyên liệu lại với nhau và cho vào túi hút chân không có thể hàn kín. Giải phóng không khí bằng phương pháp thay thế nước, niêm phong và nhúng túi vào bể nước. Đặt hẹn giờ trong 45 phút. Khi bộ đếm thời gian đã dừng, lấy túi ra và chuyển sang chảo và nấu trên lửa vừa trong 10 phút.

Ớt nhồi cà rốt và quả óc chó

Thời gian chuẩn bị + nấu: 2 tiếng 35 phút | Khẩu phần: 5

Thành phần

4 củ hẹ, xắt nhỏ

4 củ cà rốt xắt nhỏ

4 tép tỏi, băm nhỏ

1 chén hạt điều sống, ngâm và ráo nước

1 chén quả óc chó, ngâm và ráo nước

1 muỗng canh giấm balsamic

1 muỗng canh nước tương

1 muỗng canh thì là

2 thìa cà phê ớt bột

1 muỗng cà phê bột tỏi

1 nhúm ớt cayenne

4 nhánh húng tây tươi

Vỏ của 1 quả chanh

4 quả ớt chuông, thái lát và bỏ hạt

địa chỉ

Chuẩn bị một nồi cách thủy và đặt Sous Vide vào đó. Đặt nó thành 186 F.

Cho cà rốt, tỏi, hẹ tây, hạt điều, quả óc chó, giấm balsamic, nước tương, thìa là, ớt bột, bột tỏi, ớt cayenne, húng tây và vỏ chanh vào máy xay sinh tố. Trộn cho đến khi khoảng.

Đổ hỗn hợp vào vỏ hạt tiêu và cho vào túi hút chân không. Giải phóng không khí bằng phương pháp thay thế nước, niêm phong và nhúng túi vào bể nước. Nấu trong 1 giờ 15 phút. Khi bộ đếm thời gian đã dừng, hãy lấy ớt ra và chuyển sang đĩa.

Vịt cam với ớt bột và cỏ xạ hương

Thời gian chuẩn bị + nấu: 15 giờ 10 phút | Khẩu phần: 4

Thành phần:

đùi vịt 16 ounce

1 muỗng cà phê vỏ cam

2 muỗng canh lá Kaffir

1 muỗng cà phê muối

1 muỗng cà phê đường

1 muỗng canh nước cam

2 muỗng cà phê dầu mè

½ muỗng cà phê ớt bột

½ muỗng cà phê húng tây

Địa chỉ:

Chuẩn bị một nồi cách thủy và đặt Sous Vide vào đó. Mang đến 160 F. Đổ tất cả các thành phần vào túi có thể hút chân không. Massage để kết hợp tốt. Giải phóng không khí bằng phương pháp thay thế nước, niêm phong và nhúng túi vào bể nước. Đặt hẹn giờ trong 15 giờ.

Khi bộ đếm thời gian đã dừng, hãy tháo túi ra. Phục vụ nóng.

Chân gà tây bọc thịt xông khói

Thời gian chuẩn bị + nấu: 6 giờ 15 phút | Khẩu phần: 5

Thành phần:

chân gà tây 14 ounce

5 ounces thịt xông khói, thái lát

½ muỗng cà phê ớt mảnh

2 muỗng cà phê dầu ô liu

1 muỗng canh kem chua

½ muỗng cà phê oregano

½ muỗng cà phê ớt bột

¼ quả chanh, thái lát

Địa chỉ:

Chuẩn bị một nồi cách thủy và đặt Sous Vide vào đó. Đặt nó thành 160 F.

Kết hợp các loại thảo mộc và gia vị với kem chua trong một cái bát và chải gà tây bằng bàn chải. Bọc trong thịt xông khói và mưa phùn với dầu ô liu. Cho vào túi hút chân không cùng với chanh. Giải phóng không khí bằng phương pháp thay thế nước, niêm phong và nhúng túi vào bể nước. Đặt hẹn giờ trong 6 giờ. Khi bộ đếm thời gian đã dừng, hãy lấy túi ra và cắt. Phục vụ nóng.

Hỗn hợp măng tây và ngải giấm

Thời gian chuẩn bị + nấu: 25 phút | Khẩu phần: 3

Thành phần:

1 ½ lb măng tây vừa

5 thìa bơ

2 thìa nước cốt chanh

½ muỗng cà phê vỏ chanh

1 muỗng canh lá hẹ thái lát

1 muỗng canh rau mùi tây xắt nhỏ

1 muỗng canh + 1 muỗng canh thì là tươi xắt nhỏ

1 muỗng canh + 1 muỗng canh ngải giấm, xắt nhỏ

Địa chỉ:

Đun cách thủy, đặt Sous Vide vào đó và điều chỉnh đến 183 F. Cắt và loại bỏ phần đáy chặt của măng tây. Cho măng tây vào túi hút chân không.

Xả khí bằng phương pháp đẩy nước, bịt kín và nhúng vào chậu nước và đặt hẹn giờ trong 10 phút.

Khi bộ đếm thời gian đã dừng, hãy tháo túi ra và mở. Đặt chảo trên lửa nhỏ, thêm bơ và măng tây hấp. Nêm muối và hạt tiêu và khuấy liên tục. Thêm nước ép và vỏ chanh và nấu trong 2 phút.

Tắt lửa và thêm rau mùi tây, 1 thìa thì là và 1 thìa ngải giấm. Trộn đều. Trang trí với phần còn lại của thì là và ngải giấm. Phục vụ nóng như một trang trí.

Bít tết súp lơ cay

Thời gian chuẩn bị + nấu: 35 phút | Khẩu phần: 5

Thành phần:

1 pound súp lơ, thái lát

1 muỗng canh bột nghệ

1 muỗng cà phê ớt bột

½ muỗng cà phê bột tỏi

1 muỗng cà phê tương ớt

1 muỗng canh chipotle

1 muỗng canh nặng

2 thìa bơ

Địa chỉ:

Chuẩn bị một nồi cách thủy và đặt Sous Vide vào đó. Đặt nó thành 185 F.

Trộn tất cả các thành phần trừ súp lơ. Trải phi lê súp lơ với hỗn hợp. Đặt chúng trong một túi hút chân không. Giải phóng không khí bằng phương pháp thay thế nước, niêm phong và nhúng túi vào bể nước. Đặt hẹn giờ trong 18 phút.

Khi bộ hẹn giờ đã dừng, hãy lấy túi ra và làm nóng lò nướng trước và nấu bít tết trong một phút mỗi mặt.

Dải khoai tây cayenne với sốt mayonnaise

Thời gian chuẩn bị + nấu: 1 tiếng 50 phút | Khẩu phần: 6

Thành phần

2 củ khoai tây vàng lớn, cắt thành dải
Muối và hạt tiêu đen để nếm
1 ½ muỗng canh dầu ô liu
1 muỗng cà phê húng tây
1 muỗng cà phê ớt bột
½ muỗng cà phê ớt cayenne
1 lòng đỏ trứng gà
2 muỗng canh giấm táo
¾ chén dầu thực vật
Muối và hạt tiêu đen để nếm

địa chỉ

Chuẩn bị một nồi cách thủy và đặt Sous Vide vào đó. Mang đến 186 F. Đặt khoai tây với một chút muối trong túi hút chân không. Giải phóng không khí bằng phương pháp thay thế nước, bịt kín và ngâm trong bể nước. Nấu trong 1 giờ 30 phút.

Khi bộ đếm thời gian đã dừng, hãy lấy khoai tây ra và lau khô bằng khăn bếp. Loại bỏ nước ép nấu ăn. Đun nóng dầu trong chảo trên lửa vừa. Thêm khoai tây chiên và rắc ớt bột, ớt cayenne, húng tây, hạt tiêu đen và muối còn lại. Đảo đều trong 7 phút cho đến khi khoai chín vàng đều các mặt.

Để làm sốt mayonnaise: Trộn đều lòng đỏ trứng và một nửa số giấm. Từ từ đổ dầu thực vật vào, đồng thời khuấy cho đến khi mịn. Thêm giấm còn lại. Nêm muối và hạt tiêu và trộn đều. Ăn kèm với khoai tây chiên.

vịt ngọt bơ

Thời gian chuẩn bị + nấu: 7 giờ 10 phút | Khẩu phần ăn: 7)

Thành phần:

2 cân cánh vịt

2 muỗng canh đường

3 muỗng canh bơ

1 muỗng canh xi-rô phong

1 muỗng cà phê tiêu đen

1 muỗng cà phê muối

1 muỗng canh bột cà chua

Địa chỉ:

Chuẩn bị một nồi cách thủy và đặt Sous Vide vào đó. Đặt nó thành 175 F.

Trộn các thành phần trong một cái bát và trải cánh với hỗn hợp. Đặt cánh vào túi hút chân không và đổ hỗn hợp còn lại lên trên. Giải phóng không khí bằng phương pháp thay thế nước, niêm phong và nhúng túi vào bể nước. Đặt hẹn giờ trong 7 giờ. Khi bộ đếm thời gian đã dừng, hãy lấy túi ra và cắt. Phục vụ nóng.

khoai mỡ

Thời gian chuẩn bị + nấu: 1 tiếng 10 phút | Khẩu phần: 4

Thành phần

1 pound khoai mỡ, thái lát

8 muỗng canh bơ

½ cốc kem nặng

muối để hương vị

địa chỉ

Chuẩn bị một nồi cách thủy và đặt Sous Vide vào đó. Đặt thành 186 F. Kết hợp kem nặng, khoai lang, muối kosher và bơ. Đặt trong một túi hút chân không. Giải phóng không khí bằng phương pháp thay thế nước, niêm phong và nhúng túi vào bể nước. Nấu trong 60 phút.

Khi bộ đếm thời gian đã dừng, hãy tháo túi ra và đổ các chất bên trong vào hộp đựng. Sử dụng một bộ xử lý thực phẩm, trộn đều và phục vụ.

Quiche rau bina và nấm

Thời gian chuẩn bị + nấu: 20 phút | Khẩu phần: 2

Thành phần:

1 chén nấm cremini tươi, thái lát

1 chén rau bina tươi xắt nhỏ

2 quả trứng lớn, bị đánh đập

2 muỗng canh sữa nguyên chất

1 tép tỏi băm nhỏ

¼ chén phô mai Parmesan nạo

1 muỗng canh bơ

½ muỗng cà phê muối

Địa chỉ:

Rửa nấm dưới vòi nước lạnh và cắt thành lát mỏng. Để qua một bên. Rửa rau bina tốt và cắt thô.

Cho nấm, cải bó xôi, sữa, tỏi và muối vào một chiếc túi có khóa kéo lớn. Đậy kín túi và nấu trong sous vide trong 10 phút ở 180 F.

Trong khi đó, làm tan chảy bơ trong một cái chảo lớn trên lửa vừa. Lấy hỗn hợp rau củ ra khỏi túi và cho vào nồi. Nấu trong 1 phút rồi thêm trứng đã đánh. Khuấy đều cho đến khi kết hợp và nấu cho đến khi trứng chín. Rắc phô mai bào và tắt bếp để phục vụ.

ngô bơ Mexico

Thời gian chuẩn bị + nấu: 40 phút | Khẩu phần: 2

Thành phần

2 bắp ngô tách vỏ

2 muỗng canh bơ lạnh

Muối và hạt tiêu đen để nếm

¼ chén sốt mayonaise

½ muỗng canh bột ớt kiểu Mexico

½ muỗng cà phê vỏ chanh

¼ chén phô mai feta vụn

¼ chén rau mùi tươi xắt nhỏ

nêm vôi để phục vụ

địa chỉ

Chuẩn bị một nồi cách thủy và đặt Sous Vide vào đó. Đặt nó thành 183 F.

Đặt ngô trên lõi ngô và bơ trong túi hút chân không. Gia vị với muối và hạt tiêu. Giải phóng không khí bằng phương pháp thay thế nước, niêm phong và nhúng túi vào bể nước. Nấu trong 30 phút.

Khi bộ đếm thời gian đã dừng, hãy lấy ngô ra. Cho sốt mayonnaise, vỏ chanh và ớt bột vào một chiếc túi nhỏ. lắc kỹ Đặt phô mai feta vào đĩa. Phủ 1 muỗng canh hỗn hợp sốt mayonnaise lên bắp ngô và lăn qua phô mai. Trang trí với muối. Tham gia.

Lê với phô mai và quả óc chó

Thời gian chuẩn bị + nấu: 55 phút | Khẩu phần: 2

Thành phần

1 quả lê thái lát

1 cân mật ong

½ chén quả óc chó

4 muỗng canh phô mai Grana Padano bào

2 chén lá arugula

Muối và hạt tiêu đen để nếm

2 thìa nước cốt chanh

2 muỗng canh dầu ô liu

địa chỉ

Chuẩn bị một nồi cách thủy và đặt Sous Vide vào đó. Đặt thành 158 F. Kết hợp mật ong và lê. Đặt trong một túi hút chân không. Giải phóng không khí bằng phương pháp thay thế nước, niêm phong và nhúng túi vào bể nước. Nấu trong 45 phút. Khi bộ đếm thời gian đã dừng, hãy lấy túi ra và chuyển vào hộp đựng. Băng lại.

Bông cải xanh và phô mai xanh

Thời gian chuẩn bị + nấu: 1 tiếng 40 phút | Khẩu phần: 6

Thành phần

1 đầu bông cải xanh, cắt thành hoa

3 muỗng canh bơ

Muối và hạt tiêu đen để nếm

1 muỗng canh mùi tây

5 oz phô mai xanh, vụn

địa chỉ

Chuẩn bị một nồi cách thủy và đặt Sous Vide vào đó. Đặt nó thành 186 F.

Cho bông cải xanh, bơ, muối, rau mùi tây và hạt tiêu đen vào túi có khóa kéo. Giải phóng không khí bằng phương pháp thay thế nước, niêm phong và nhúng túi vào bể nước. Nấu trong 1 giờ 30 phút.

Khi bộ hẹn giờ đã dừng, hãy tháo túi ra và chuyển vào máy xay. Cho phô mai vào trong và trộn ở tốc độ cao trong 3-4 phút cho đến khi mịn. Tham gia.

cà ri bí ngòi

Thời gian chuẩn bị + nấu: 40 phút | Khẩu phần: 3

Thành phần:

3 bí xanh nhỏ, thái hạt lựu

2 muỗng cà phê bột cà ri

1 muỗng canh dầu ô liu

Muối và hạt tiêu đen để nếm

¼ chén rau mùi

Địa chỉ:

Đun cách thủy, đặt Sous Vide vào đó và điều chỉnh ở nhiệt độ 185 F. Đặt bí xanh vào túi hút chân không. Giải phóng không khí bằng phương pháp thay thế nước, niêm phong và nhúng túi vào bể nước. Nấu trong 20 phút. Khi bộ đếm thời gian đã dừng, hãy tháo và mở túi. Đặt chảo trên lửa vừa, thêm dầu ô liu. Khi nó đã nóng lên, thêm bí xanh và phần còn lại của các thành phần được liệt kê. Nêm muối và xào trong 5 phút. Phục vụ như một trang trí.

Khoai lang nướng với quả óc chó

Thời gian chuẩn bị + nấu: 3 tiếng 45 phút | Khẩu phần: 2

Thành phần

1 pound khoai lang, thái lát

muối để hương vị

¼ chén quả óc chó

1 muỗng canh dầu dừa

địa chỉ

Chuẩn bị một nồi cách thủy và đặt Sous Vide vào đó. Mang đến 146 F. Đặt khoai tây và muối vào túi có thể hút chân không. Giải phóng không khí bằng phương pháp thay thế nước, niêm phong và nhúng túi vào bể nước. Nấu trong 3 giờ. Làm nóng chảo trên lửa vừa và nướng các loại hạt. Chặt chúng.

Làm nóng trước phong bì ở 375 F và lót một tấm nướng bằng giấy da. Khi bộ hẹn giờ đã dừng, lấy khoai tây ra và chuyển sang khay nướng. Rưới dầu dừa và nướng trong 20-30 phút. Trộn một lần. Ăn kèm với quả óc chó nướng.

củ dền ngâm chua cay

Thời gian chuẩn bị + nấu: 50 phút | Khẩu phần: 4

Thành phần

12 oz củ cải đường, thái lát

½ quả ớt jalapeno

1 tép tỏi băm nhỏ

2/3 chén giấm trắng

2/3 cốc nước

2 muỗng canh gia vị ngâm chua

địa chỉ

Chuẩn bị một nồi cách thủy và đặt Sous Vide vào đó. Đặt thành 192 F. Trong 5 lọ thợ nề, kết hợp ớt jalapeno, củ cải đường và tép tỏi.

Đun nóng một cái chảo và đun sôi dưa chua, nước và giấm trắng. Để ráo nước và đổ hỗn hợp củ dền bên trong lọ. Niêm phong và ngâm lọ trong bồn nước. Nấu trong 40 phút. Khi bộ đếm thời gian đã dừng, hãy lấy lọ ra và để nguội. Tham gia.

ngô bơ cay

Thời gian chuẩn bị + nấu: 35 phút | Khẩu phần: 5

Thành phần

5 thìa bơ
5 bắp ngô vàng đã tách vỏ
1 muỗng canh mùi tây tươi
½ muỗng cà phê ớt cayenne
muối để hương vị

địa chỉ

Chuẩn bị một nồi cách thủy và đặt Sous Vide vào đó. Đặt nó thành 186 F.

Đặt 3 bắp ngô vào mỗi túi có thể hút chân không. Giải phóng không khí bằng phương pháp thay thế nước, niêm phong và nhúng túi vào bồn nước. Nấu trong 30 phút. Khi bộ hẹn giờ đã dừng, lấy ngô ra khỏi túi và chuyển sang đĩa. Trang trí với ớt cayenne và mùi tây.

Cua thịt sốt bơ chanh

Thời gian chuẩn bị + nấu: 70 phút | Khẩu phần: 4

Thành phần

6 tép tỏi, băm nhỏ

Vỏ và nước cốt của ½ quả chanh

1 pound thịt cua

4 muỗng canh bơ

địa chỉ

Chuẩn bị một nồi cách thủy và đặt Sous Vide vào đó. Đặt ở 137 F. Trộn đều một nửa tỏi, vỏ chanh và một nửa nước cốt chanh. Để qua một bên. Cho hỗn hợp thịt cua, bơ và chanh vào túi hút chân không. Giải phóng không khí bằng phương pháp thay thế nước, niêm phong và nhúng túi vào bể nước. Nấu trong 50 phút. Khi bộ đếm thời gian đã dừng, hãy tháo túi ra. Loại bỏ nước ép nấu ăn.

Đun nóng một cái chảo trên lửa vừa và thấp và đổ bơ còn lại, hỗn hợp vôi còn lại và nước cốt chanh còn lại vào. Cho cua vào 4 khuôn ramekins, rắc bơ chanh.

Cá hồi sốt kiểu Bắc

Thời gian chuẩn bị + nấu: 30 phút | Khẩu phần: 4

Thành phần

1 muỗng canh dầu ô liu

4 miếng phi lê cá hồi có da

Muối và hạt tiêu đen để nếm

Vỏ và nước cốt của 1 quả chanh

2 muỗng canh mù tạt vàng

2 muỗng cà phê dầu mè

địa chỉ

Chuẩn bị một nồi cách thủy và đặt Sous Vide vào đó. Đặt thành 114 F. Nêm cá hồi với muối và hạt tiêu. Kết hợp vỏ chanh và nước trái cây, dầu và mù tạt. Cho cá hồi vào 2 túi hút chân không cùng với hỗn hợp mù tạt. Giải phóng không khí bằng phương pháp thay thế nước, bịt kín và nhúng túi vào bồn tắm. Nấu trong 20 phút. Đun nóng dầu mè trong chảo. Khi bộ đếm thời gian đã dừng, lấy cá hồi ra và lau khô. Chuyển cá hồi vào chảo và áp chảo trong 30 giây mỗi bên.

Cá hồi sốt mù tạt và sốt Tamari

Thời gian chuẩn bị + nấu: 35 phút | Khẩu phần: 4

Thành phần

¼ chén dầu ô liu

4 miếng phi lê cá hồi, bỏ da và thái lát

½ chén nước sốt tamari

¼ chén đường nâu nhạt

2 tép tỏi băm nhỏ

1 muỗng canh mù tạt Coleman

địa chỉ

Chuẩn bị một nồi cách thủy và đặt Sous Vide vào đó. Đặt ở 130 F. Kết hợp sốt Tamari, đường nâu, dầu ô liu và tỏi. Cho cá hồi vào túi hút chân không cùng với hỗn hợp tương tamari. Giải phóng không khí bằng phương pháp thay thế nước, niêm phong và nhúng túi vào bể nước. Nấu trong 30 phút.

Khi bộ đếm thời gian đã dừng, hãy lấy cá hồi ra và lau khô bằng khăn bếp. Loại bỏ nước ép nấu ăn. Trang trí với sốt tamari và mù tạt để phục vụ.

Cá Ngừ Mè Sốt Gừng

Thời gian chuẩn bị + nấu: 45 phút | Khẩu phần: 6

Thành phần:

<u>Cá ngừ:</u>

3 miếng bít tết cá ngừ

Muối và hạt tiêu đen để nếm

⅓ chén dầu ô liu

2 muỗng canh dầu hạt cải

½ chén hạt vừng đen

½ chén hạt mè trắng

<u>sốt gừng:</u>

1 inch gừng nạo

2 củ hẹ, xắt nhỏ

1 quả ớt đỏ, xắt nhỏ

3 muỗng canh nước

2 ½ nước cốt chanh

1 ½ muỗng canh giấm gạo

2 ½ muỗng canh nước tương

1 muỗng canh nước mắm

1 ½ muỗng canh đường

1 bó lá xà lách xanh

Địa chỉ:

Bắt đầu với nước sốt: Đặt chảo nhỏ trên lửa nhỏ và thêm dầu ô liu. Khi nó đã nóng lên, thêm gừng và ớt. Nấu trong 3 phút, thêm đường và giấm, khuấy và nấu cho đến khi đường tan. thêm nước và đun sôi. Thêm nước tương, nước mắm và nước cốt chanh và nấu trong 2 phút. Để nguội.

Đun cách thủy, cho Sous Vide vào và đặt ở nhiệt độ 110 F. Nêm cá ngừ với muối và hạt tiêu rồi cho vào 3 túi có thể hút chân không riêng biệt. Thêm dầu ô liu, giải phóng không khí khỏi túi bằng phương pháp đẩy nước, bịt kín và ngâm túi vào chậu nước. Đặt hẹn giờ trong 30 phút.

Khi bộ đếm thời gian đã dừng, hãy tháo và mở túi. Tách cá ngừ. Đặt chảo trên lửa nhỏ và thêm dầu canola. Trong khi đun, trộn hạt vừng trong một cái bát. Lau khô cá ngừ, rắc hạt mè lên trên, chiên mặt trên và mặt dưới trong dầu nóng cho đến khi hạt bắt đầu chuyển sang màu nâu.

Cắt cá ngừ thành dải mỏng. Lót khay phục vụ với rau diếp và đặt cá ngừ lên trên lớp rau diếp. Ăn với nước sốt gừng như một món khai vị.

Cua cuộn tỏi chanh thần thánh

Thời gian chuẩn bị + nấu: 60 phút | Khẩu phần: 4

Thành phần

4 muỗng canh bơ

1 pound thịt cua nấu chín

2 tép tỏi băm nhỏ

Vỏ và nước cốt của ½ quả chanh

½ chén sốt mayonaise

1 củ thì là, xắt nhỏ

Muối và hạt tiêu đen để nếm

4 cuộn, tách, bôi dầu và nướng

địa chỉ

Chuẩn bị một nồi cách thủy và đặt Sous Vide vào đó. Đặt thành 137 F. Kết hợp tỏi, vỏ chanh và 1/4 cốc nước cốt chanh. Cho thịt cua vào túi hút chân không cùng với hỗn hợp chanh-bơ. Giải phóng không khí bằng phương pháp thay thế nước, niêm phong và nhúng túi vào bể nước. Nấu trong 50 phút.

Khi bộ đếm thời gian đã dừng, hãy lấy túi ra và chuyển vào hộp đựng. Loại bỏ nước ép nấu ăn. Kết hợp thịt cua với nước cốt chanh còn lại, sốt mayonnaise, thì là, thì là, muối và hạt tiêu. Đổ hỗn hợp thịt cua vào bánh trước khi ăn.

Bạch tuộc nướng gia vị sốt chanh

Thời gian chuẩn bị + nấu: 4 giờ 15 phút | Khẩu phần: 4

Thành phần

5 muỗng canh dầu ô liu

1 pound xúc tu bạch tuộc

Muối và hạt tiêu đen để nếm

2 thìa nước cốt chanh

1 muỗng canh vỏ chanh

1 muỗng canh mùi tây tươi xắt nhỏ

1 muỗng cà phê húng tây

1 muỗng canh ớt bột

địa chỉ

Chuẩn bị một nồi cách thủy và đặt Sous Vide vào đó. Đặt thành 179 F. Cắt các xúc tu thành các đoạn dài vừa phải. Gia vị với muối và hạt tiêu. Đặt các miếng với dầu ô liu trong một túi hút chân không. Giải phóng không khí bằng phương pháp thay thế nước, niêm phong và nhúng túi vào bể nước. Nấu trong 4 giờ.

Khi bộ hẹn giờ đã dừng, lấy bạch tuộc ra và thấm khô bằng khăn bếp. Loại bỏ nước ép nấu ăn. Rưới dầu ô liu.

Làm nóng vỉ nướng trên lửa vừa và làm khô các xúc tu trong 10-15 giây mỗi bên. Để qua một bên. Trộn đều nước cốt chanh, vỏ chanh, ớt bột, cỏ xạ hương và rau mùi tây. Phủ nước sốt chanh lên bạch tuộc.

Xiên Creole tôm

Thời gian chuẩn bị + nấu: 50 phút | Khẩu phần: 4

Thành phần

Vỏ và nước cốt của 1 quả chanh

6 muỗng canh bơ

2 tép tỏi băm nhỏ

Muối và hạt tiêu trắng để nếm

1 muỗng canh gia vị Creole

1½ cân tôm, bỏ chỉ

1 muỗng canh thì là tươi xắt nhỏ + để trang trí

Chanh lát

địa chỉ

Chuẩn bị một nồi cách thủy và đặt Sous Vide vào đó. Đặt nó thành 137 F.

Đun chảy bơ trong chảo trên lửa vừa và thêm tỏi, gia vị Creole, vỏ chanh và nước trái cây, muối và hạt tiêu. Nấu trong 5 phút cho đến khi bơ tan chảy. Dự trữ và để nguội.

Cho tôm vào túi hút chân không cùng với hỗn hợp bơ. Giải phóng không khí bằng phương pháp thay thế nước, niêm phong và nhúng túi vào bể nước. Nấu trong 30 phút.

Khi bộ hẹn giờ đã dừng, lấy tôm ra và lau khô bằng khăn bếp. Loại bỏ nước ép nấu ăn. Xiên tôm lên xiên và trang trí với thì là và vắt chanh để phục vụ.

Tôm Sốt Cay

Chuẩn bị + thời gian nấu: 40 phút + để nguội | Khẩu phần: 5

Thành phần

2 pound tôm, bỏ chỉ và bóc vỏ
1 chén cà chua xay nhuyễn
2 muỗng canh nước sốt cải ngựa
1 thìa cà phê nước cốt chanh
1 muỗng cà phê sốt Tabasco
Muối và hạt tiêu đen để nếm

địa chỉ

Chuẩn bị một nồi cách thủy và đặt Sous Vide vào đó. Mang đến 137 F. Đặt tôm vào túi hút chân không. Giải phóng không khí bằng phương pháp thay thế nước, niêm phong và ngâm túi trong bồn tắm. Nấu trong 30 phút.

Khi bộ hẹn giờ đã dừng, hãy lấy túi ra và chuyển nó vào chậu nước đá trong 10 phút. Để lạnh trong tủ lạnh trong 1-6 giờ. Trộn đều cà chua xay nhuyễn, nước sốt cải ngựa, nước tương, nước cốt chanh, nước sốt Tabasco, muối và hạt tiêu. Phục vụ tôm với nước sốt.

Halibut với hẹ và Tarragon

Thời gian chuẩn bị + nấu: 50 phút | Khẩu phần: 2

Thành phần:

2 pound cá bơn phi lê

3 nhánh lá ngải giấm

1 muỗng cà phê bột tỏi

1 muỗng cà phê bột hành

Muối và hạt tiêu trắng để nếm

2 ½ muỗng cà phê + 2 muỗng cà phê bơ

2 củ hẹ, bóc vỏ và cắt làm đôi

2 nhánh cỏ xạ hương

lát chanh để trang trí

Địa chỉ:

Đun cách thủy, đặt Sous Vide vào đó và đặt ở nhiệt độ 124 F. Cắt phi lê cá bơn thành 3 miếng mỗi miếng và chà xát với muối, bột tỏi, bột hành và hạt tiêu. Đặt phi lê, ngải giấm và 2 ½ muỗng cà phê bơ vào 3 túi hút chân không riêng biệt. Giải phóng không khí bằng phương pháp thay thế nước và niêm phong túi. Đặt chúng trong bồn nước và nấu trong 40 phút.

Khi bộ đếm thời gian đã dừng, hãy tháo và mở các túi. Đặt chảo trên lửa nhỏ và thêm bơ còn lại. Sau khi nóng, loại bỏ da khỏi cá bơn và lau khô. Thêm cá bơn với hẹ tây và cỏ xạ hương và cắt đáy và trên cho đến khi giòn. Trang trí với chanh nêm. Phục vụ với một bên rau hấp.

Cá tuyết với chanh và bơ thảo mộc

Thời gian chuẩn bị + nấu: 37 phút | Khẩu phần: 6

Thành phần

8 muỗng canh bơ

6 phi lê cá tuyết

Muối và hạt tiêu đen để nếm

Vỏ của ½ quả chanh

1 muỗng canh thì là tươi xắt nhỏ

½ muỗng canh hẹ tươi xắt nhỏ

½ muỗng canh húng quế tươi xắt nhỏ

½ muỗng canh cây xô thơm tươi xắt nhỏ

địa chỉ

Chuẩn bị một nồi cách thủy và đặt Sous Vide vào đó. Mang đến 134 F. Nêm cá tuyết với muối và hạt tiêu. Cho cá tuyết và vỏ chanh vào túi hút chân không.

Trong một túi hút chân không riêng biệt, đặt bơ, một nửa thì là, hẹ, húng quế và cây xô thơm. Xả khí bằng phương pháp đẩy nước, bịt kín và ngâm cả hai túi vào bể nước. Nấu trong 30 phút.

Khi bộ hẹn giờ đã dừng, hãy lấy cá tuyết ra và lau khô bằng khăn bếp. Loại bỏ nước ép nấu ăn. Lấy bơ ra khỏi túi còn lại và đổ lên cá tuyết. Trang trí với thì là còn lại.

Cá mú với Beurre Nantais

Thời gian chuẩn bị + nấu: 45 phút | Khẩu phần: 6

Thành phần:

<u>cá mú:</u>

2 pound cá mú, cắt thành 3 miếng mỗi cái

1 muỗng cà phê bột thì là

½ muỗng cà phê bột tỏi

½ muỗng cà phê bột hành

½ muỗng cà phê bột rau mùi

¼ chén gia vị cá

¼ chén dầu óc chó

Muối và hạt tiêu trắng để nếm

<u>Bourre Blanc:</u>

1 cân bơ

2 muỗng canh giấm táo

2 củ hẹ, xắt nhỏ

1 muỗng cà phê hạt tiêu xay

5 oz kem nặng,

muối để hương vị

2 nhánh thì là

1 thìa nước cốt chanh

1 muỗng canh bột nghệ

Địa chỉ:

Đun cách thủy, đặt Sous Vide vào đó và đun ở nhiệt độ 132 F. Nêm muối và tiêu trắng vào các miếng cá mú. Đặt trong một túi chân không có thể bịt kín, giải phóng không khí bằng phương pháp thay thế nước, hàn kín và nhúng túi vào bể nước. Đặt hẹn giờ trong 30 phút. Trộn thì là, tỏi, hành tây, rau mùi và gia vị cá. Để qua một bên.

Trong khi đó, chuẩn bị beurre blanc. Đặt chảo trên lửa vừa và thêm hẹ tây, giấm và hạt tiêu. Nấu cho đến khi bạn nhận được một xi-rô. Giảm nhiệt xuống thấp và thêm bơ, đánh liên tục. Thêm thì là, nước cốt chanh và bột nghệ tây, khuấy liên tục và nấu trong 2 phút. Thêm kem và nêm muối. Nấu trong 1 phút. Tắt lửa và dự trữ.

Khi bộ đếm thời gian đã dừng, hãy tháo và mở túi. Đặt chảo trên lửa vừa, thêm dầu óc chó. Làm khô cá mú và trộn với hỗn hợp gia vị và chiên trong dầu nóng. Phục vụ cá mú và nantais beurre với một bên rau bina hấp.

vảy cá ngừ

Thời gian chuẩn bị + nấu: 1 tiếng 45 phút | Khẩu phần: 4

Thành phần:

¼ pound bít tết cá ngừ

1 muỗng cà phê lá hương thảo

1 muỗng cà phê lá húng tây

2 chén dầu ô liu

1 tép tỏi băm nhỏ

Địa chỉ:

Đun cách thủy, đặt Sous Vide vào đó và điều chỉnh ở nhiệt độ 135 F. Đặt bít tết cá ngừ, muối, hương thảo, tỏi, cỏ xạ hương và hai thìa dầu vào túi hút chân không. Giải phóng không khí bằng phương pháp thay thế nước, niêm phong và nhúng túi vào bể nước. Đặt hẹn giờ trong 1 giờ 30 phút.

Khi bộ đếm thời gian đã dừng, hãy tháo túi ra. Đặt cá ngừ vào tô và dự trữ. Đặt chảo trên lửa lớn, thêm dầu ô liu còn lại. Khi nó đã nóng lên, đổ lên cá ngừ. Cắt nhỏ cá ngừ bằng hai cái nĩa. Chuyển và bảo quản trong hộp kín với dầu ô liu trong tối đa một tuần. Phục vụ trong món salad.

sò điệp bơ

Thời gian chuẩn bị + nấu: 55 phút | Khẩu phần: 3

Thành phần:

½ pound sò điệp
3 muỗng cà phê bơ (2 muỗng cà phê để nấu ăn + 1 muỗng cà phê để làm nâu)
Muối và hạt tiêu đen để nếm

Địa chỉ:

Đun cách thủy, đặt Sous Vide vào đó và điều chỉnh ở nhiệt độ 140 F. Lau khô sò điệp bằng khăn giấy. Cho sò điệp, muối, 2 thìa bơ và hạt tiêu vào túi hút chân không. Xả khí bằng phương pháp thay thế nước, đóng kín và ngâm túi trong bể nước và đặt hẹn giờ trong 40 phút.

Khi bộ đếm thời gian đã dừng, hãy tháo và mở túi. Thấm khô sò điệp bằng khăn giấy và đặt sang một bên. Đặt một cái chảo trên lửa vừa và bơ còn lại. Sau khi tan chảy, áp chảo sò điệp trên cả hai mặt cho đến khi vàng nâu. Phục vụ với một bên rau trộn bơ.

cá mòi bạc hà

Thời gian chuẩn bị + nấu: 1 tiếng 20 phút | Khẩu phần: 3

Thành phần:

2 cân cá mòi

¼ chén dầu ô liu

3 tép tỏi, nghiền nát

1 quả chanh lớn, mới vắt

2 nhánh bạc hà tươi

Muối và hạt tiêu đen để nếm

Địa chỉ:

Rửa và làm sạch từng con cá nhưng giữ lại da. Thấm khô bằng giấy ăn.

Trong một bát lớn, kết hợp dầu ô liu với tỏi, nước cốt chanh, bạc hà tươi, muối và hạt tiêu. Đặt cá mòi vào một túi hút chân không lớn cùng với nước xốt. Nấu trong nồi cách thủy trong một giờ ở nhiệt độ 104 F. Lấy ra khỏi bồn tắm và để ráo nước nhưng để dành nước sốt. Rưới nước sốt lên cá và hấp tỏi tây.

Cá tráp ngâm rượu trắng

Thời gian chuẩn bị + nấu: 2 tiếng | Khẩu phần: 2

Thành phần:

1 pound cá tráp, dày khoảng 1 inch, đã làm sạch

1 chén dầu ô liu nguyên chất

nước cốt của 1 quả chanh

1 thìa đường

1 muỗng canh hương thảo khô

½ muỗng canh oregano khô

2 tép tỏi nghiền

½ chén rượu trắng

1 muỗng cà phê muối biển

Địa chỉ:

Kết hợp dầu ô liu với nước cốt chanh, đường, hương thảo, lá oregano, tỏi nghiền, rượu và muối trong một bát lớn. Nhúng cá vào hỗn hợp này và để ướp trong một giờ trong tủ lạnh. Lấy ra khỏi tủ lạnh và để ráo nước nhưng để dành chất lỏng để phục vụ. Đặt phi lê vào một túi hút chân không lớn và đóng dấu. Nấu trong Sous Vide trong 40 phút ở 122 F. Rưới nước xốt còn lại lên miếng phi lê và phục vụ.

Salad cá hồi và cải xoăn với bơ

Thời gian chuẩn bị + nấu: 1 tiếng | Khẩu phần: 3

Thành phần:

1 pound phi lê cá hồi không da

Muối và hạt tiêu đen để nếm

½ quả chanh hữu cơ, vắt

1 muỗng canh dầu ô liu

1 chén lá cải xoăn, thái nhỏ

½ chén cà rốt nướng, thái lát

½ quả bơ chín, cắt thành khối nhỏ

1 muỗng canh thì là tươi

1 muỗng canh lá mùi tây tươi

Địa chỉ:

Nêm bít tết với muối và hạt tiêu ở cả hai mặt rồi cho vào túi hút chân không lớn. Đậy kín túi và nấu trong sous vide trong 40 phút ở nhiệt độ 122 F. Lấy cá hồi ra khỏi nồi cách thủy và để sang một bên.

Đánh đều nước cốt chanh, một chút muối và hạt tiêu đen trong một cái bát rồi thêm dần dầu ô liu vào trong khi đánh liên tục. Thêm cải xoăn đã cắt nhỏ và trộn đều với giấm. Thêm cà rốt nướng, bơ, thì là và rau mùi tây. Khuấy nhẹ nhàng để kết hợp. Chuyển sang một bát phục vụ và phục vụ với cá hồi trên đầu trang.

cá hồi gừng

Thời gian chuẩn bị + nấu: 45 phút | Khẩu phần: 4

Thành phần:

4 miếng phi lê cá hồi, còn da

2 muỗng cà phê dầu mè

1 ½ dầu ô liu

2 muỗng canh gừng nạo

2 muỗng canh đường

Địa chỉ:

Tạo nồi cách thủy, đặt Sous Vide vào đó và điều chỉnh thành 124F. Nêm cá hồi với muối và hạt tiêu. Cho nguyên liệu còn lại trong danh sách vào bát và trộn đều.

Cho hỗn hợp cá hồi-đường vào hai túi có thể hút chân không, giải phóng không khí bằng phương pháp đẩy nước, bịt kín và nhúng túi vào chậu nước. Đặt hẹn giờ trong 30 phút.

Khi bộ đếm thời gian đã dừng, hãy tháo và mở túi. Đặt một cái chảo trên lửa vừa, đặt một miếng giấy da vào đáy và làm nóng trước. Thêm cá hồi, mặt da úp xuống và áp chảo trong 1 phút mỗi con. Ăn kèm với bông cải xanh phết bơ.

Hến trong nước chanh xanh tươi

Thời gian chuẩn bị + nấu: 40 phút | Khẩu phần: 2

Thành phần:

1 pound hến tươi, không xương

1 củ hành vừa, bóc vỏ và thái nhỏ

tép tỏi nghiền nát

½ chén nước cốt chanh mới vắt

¼ chén mùi tây tươi, thái nhỏ

1 muỗng canh hương thảo thái nhỏ

2 muỗng canh dầu ô liu

Địa chỉ:

Cho hến cùng với nước cốt chanh, tỏi, hành tây, rau mùi tây, hương thảo và dầu ô liu vào một chiếc túi hút chân không lớn. Nấu trong Sous Vide trong 30 phút ở 122 F. Phục vụ với salad xanh.

Bít tết cá ngừ ướp thảo mộc

Thời gian chuẩn bị + nấu: 1 tiếng 25 phút | Khẩu phần: 5

Thành phần:

2 pound bít tết cá ngừ, dày khoảng 1 inch

1 muỗng cà phê cỏ xạ hương khô, xay

1 muỗng cà phê húng quế tươi, thái nhỏ

¼ chén hẹ thái nhỏ

2 muỗng canh mùi tây tươi, thái nhỏ

1 muỗng canh thì là tươi, thái nhỏ

1 muỗng cà phê vỏ chanh tươi

½ chén hạt vừng

4 muỗng canh dầu ô liu

Muối và hạt tiêu đen để nếm

Địa chỉ:

Rửa miếng bít tết cá ngừ dưới vòi nước lạnh và thấm khô bằng giấy ăn. Để qua một bên.

Trong một bát lớn, kết hợp cỏ xạ hương, húng quế, hẹ tây, rau mùi tây, thì là, dầu, muối và hạt tiêu. Trộn cho đến khi kết hợp tốt và sau đó ngâm phi lê trong nước xốt này. Che tốt và làm lạnh trong 30 phút.

Đặt các miếng phi lê vào một túi hút chân không lớn cùng với nước xốt. Bóp túi để loại bỏ không khí và đóng nắp. Sous vide nấu trong 40 phút ở 131 độ.

Lấy phi lê ra khỏi túi và chuyển sang giấy ăn. Nhẹ nhàng lau khô và loại bỏ các loại thảo mộc. Làm nóng chảo trên lửa lớn. Cuộn phi lê trong hạt mè và chuyển sang chảo. Nấu trong 1 phút cho mỗi bên và loại bỏ nhiệt.

chả cua

Thời gian chuẩn bị + nấu: 65 phút | Khẩu phần: 4

Thành phần:

1 pound thịt cua cục

1 chén hành đỏ thái nhỏ

½ chén ớt chuông đỏ thái nhỏ

2 muỗng canh ớt, thái nhỏ

1 muỗng canh lá cần tây thái nhỏ

1 muỗng canh lá mùi tây thái nhỏ

½ muỗng cà phê tarragon, thái nhỏ

Muối và hạt tiêu đen để nếm

4 muỗng canh dầu ô liu

2 muỗng canh bột hạnh nhân

3 quả trứng đánh tan

Địa chỉ:

Đun nóng 2 muỗng canh dầu ô liu trong chảo và thêm hành tây. Xào cho đến khi trong suốt và thêm ớt đỏ xắt nhỏ và ớt. Nấu trong 5 phút, khuấy liên tục.

Chuyển đến một bát lớn. Thêm thịt cua, cần tây, mùi tây, ngải giấm, muối, hạt tiêu, bột hạnh nhân và trứng. Khuấy đều và định hình hỗn hợp thành miếng có đường kính 2 inch. Nhẹ nhàng chia bánh mì kẹp thịt giữa 2 túi hút chân không và đóng dấu. Nấu trong sous vide trong 40 phút ở 122 F.

Đun nóng dầu ô liu còn lại trong chảo không dính ở nhiệt độ cao. Lấy bánh mì kẹp thịt ra khỏi bồn nước và chuyển sang chảo. Nướng nhanh cả hai mặt trong 3-4 phút và phục vụ.

lò đúc ớt

Thời gian chuẩn bị + nấu: 1 tiếng 15 phút | Khẩu phần: 5

Thành phần:

1 pound hương liệu tươi

½ cốc nước cốt chanh

3 tép tỏi, nghiền nát

1 muỗng cà phê muối

1 chén dầu ô liu nguyên chất

2 muỗng canh thì là tươi, thái nhỏ

1 muỗng canh hẹ, xắt nhỏ

1 muỗng canh ớt xay

Địa chỉ:

Rửa sạch các sản phẩm tan chảy dưới vòi nước lạnh và để ráo nước. Để qua một bên.

Trong một bát lớn, kết hợp dầu ô liu với nước cốt chanh, tỏi nghiền, muối biển, thì là thái nhỏ, hẹ thái nhỏ và ớt. Đặt hương liệu trong hỗn hợp này và đậy nắp. Làm lạnh trong 20 phút.

Lấy ra khỏi tủ lạnh và cho vào một chiếc túi hút chân không lớn cùng với nước xốt. Sous vide trong 40 phút ở 104 F. Lấy ra khỏi nồi cách thủy và để ráo nước nhưng để lại chất lỏng.

Đun nóng chảo lớn trên lửa vừa. Thêm hương liệu và nấu nhanh, trong 3-4 phút, trở mặt. Tắt bếp và chuyển sang đĩa phục vụ. Mưa phùn với nước xốt và phục vụ ngay lập tức.

Phi lê cá da trơn ướp

Thời gian chuẩn bị + nấu: 1 tiếng 20 phút | Khẩu phần: 3

Thành phần:

1 pound phi lê cá da trơn

½ cốc nước cốt chanh

½ chén lá mùi tây, thái nhỏ

2 tép tỏi nghiền

1 chén hành tây thái nhỏ

1 muỗng canh thì là tươi, thái nhỏ

1 muỗng canh lá hương thảo tươi, thái nhỏ

2 cốc nước ép táo tươi

2 muỗng canh mù tạt Dijon

1 chén dầu ô liu nguyên chất

Địa chỉ:

Trong một bát lớn, kết hợp nước cốt chanh, lá mùi tây, tỏi nghiền, hành tây thái nhỏ, thì là tươi, lá hương thảo, nước ép táo, mù tạt và dầu ô liu. Đánh cho đến khi kết hợp tốt. Nhúng phi lê vào hỗn hợp này và đậy bằng nắp đậy kín. Làm lạnh trong 30 phút.

Lấy ra khỏi tủ lạnh và cho vào 2 túi hút chân không. Đậy kín và nấu sous vide trong 40 phút ở 122 F. Lấy ra và để ráo nước; dự trữ chất lỏng. Phục vụ mưa phùn với chất lỏng riêng của mình.

King Prawns với rau mùi tây và chanh

Thời gian chuẩn bị + nấu: 35 phút | Khẩu phần: 4

Thành phần:

12 con tôm lớn, bóc vỏ và bỏ chỉ

1 muỗng cà phê muối

1 muỗng cà phê đường

3 muỗng cà phê dầu ô liu

1 lá nguyệt quế

1 nhánh rau mùi tây xắt nhỏ

2 muỗng canh vỏ chanh

1 thìa nước cốt chanh

Địa chỉ:

Đun cách thủy, đặt Sous Vide vào đó và đun ở nhiệt độ 156 F. Cho tôm, muối và đường vào bát, trộn đều và để yên trong 15 phút. Cho tôm, lá nguyệt quế, dầu ô liu và vỏ chanh vào túi hút chân không. Xả khí bằng phương pháp đẩy nước và bịt kín. Ngâm trong bồn tắm và nấu trong 10 phút, sau khi hết thời gian hẹn giờ, lấy ra và mở túi. Phục vụ tôm và mưa phùn với nước cốt chanh.

Halibut Sous Vide

Thời gian chuẩn bị + nấu: 1 tiếng 20 phút | Khẩu phần: 4

Thành phần:

1 pound cá bơn phi lê

3 muỗng canh dầu ô liu

¼ chén hẹ thái nhỏ

1 muỗng cà phê vỏ chanh tươi

½ muỗng cà phê cỏ xạ hương khô, xay

1 muỗng canh mùi tây tươi, thái nhỏ

1 muỗng cà phê thì là tươi, thái nhỏ

Muối và hạt tiêu đen để nếm

Địa chỉ:

Rửa cá dưới vòi nước lạnh và thấm khô bằng giấy ăn. Cắt thành lát mỏng rắc muối và hạt tiêu. Cho vào một túi đóng chân không lớn và thêm hai thìa dầu ô liu. Nêm hẹ, húng tây, rau mùi tây, thì là, muối và tiêu.

Bóp túi để loại bỏ không khí và đóng nắp. Lắc túi để gia vị bao phủ toàn bộ miếng phi lê và để trong tủ lạnh 30 phút trước khi nấu. Nấu trong sous vide trong 40 phút ở 131 F.

Lấy túi ra khỏi nước và để nguội một chút. Đặt trên giấy ăn và để ráo nước. Loại bỏ các loại thảo mộc.

Làm nóng trước phần dầu còn lại trong chảo lớn trên lửa lớn. Thêm phi lê và nấu trong 2 phút. Lật miếng phi lê và nấu trong khoảng 35-40 giây rồi bắc ra khỏi bếp. Chuyển cá trở lại khăn giấy và vỗ nhẹ cho hết mỡ thừa. Phục vụ ngay lập tức.

đế bơ chanh

Thời gian chuẩn bị + nấu: 45 phút | Khẩu phần: 3

Thành phần:

3 miếng phi lê đế
1 ½ muỗng canh bơ không ướp muối
¼ chén nước cốt chanh
½ muỗng cà phê vỏ chanh
tiêu chanh để hương vị
1 nhánh mùi tây để trang trí

Địa chỉ:

Tạo nồi cách thủy, đặt Sous Vide vào đó và đặt ở nhiệt độ 132 F. Lau khô mặt bàn ủi và cho vào 3 túi hút chân không riêng biệt có thể bịt kín. Giải phóng không khí bằng phương pháp thay thế nước và niêm phong túi. Ngâm trong bồn nước và đặt hẹn giờ trong 30 phút.

Đặt một chảo nhỏ trên lửa vừa, thêm bơ. Khi nó đã tan chảy, loại bỏ nhiệt. Thêm nước cốt chanh và vỏ chanh và khuấy đều.

Khi bộ đếm thời gian đã dừng, hãy tháo và mở túi. Chuyển phi lê duy nhất vào đĩa phục vụ, rưới nước sốt bơ và trang trí với rau mùi tây. Phục vụ với một bên rau hấp.

Cá tuyết hầm húng quế

Thời gian chuẩn bị + nấu: 50 phút | Khẩu phần: 4

Thành phần:

1 pound phi lê cá tuyết

1 chén cà chua rang lửa

1 muỗng canh húng quế khô

1 chén nước dùng cá

2 muỗng canh tương cà chua

3 nhánh cần tây thái nhỏ

1 củ cà rốt thái lát

¼ chén dầu ô liu

1 củ hành tây thái nhỏ

½ chén nấm

Địa chỉ:

Đun nóng dầu ô liu trong chảo lớn trên lửa vừa. Thêm cần tây, hành tây và cà rốt. Xào trong 10 phút. Lấy ra khỏi nhiệt và chuyển sang túi có thể hút chân không cùng với các thành phần khác. Nấu trong sous vide trong 40 phút ở 122 F.

cá rô phi dễ dàng

Thời gian chuẩn bị + nấu: 1 tiếng 10 phút | Khẩu phần: 3

Thành phần

3 (4 oz) phi lê cá rô phi
3 muỗng canh bơ
1 muỗng canh giấm táo
Muối và hạt tiêu đen để nếm

Địa chỉ:

Đun cách thủy, đặt Sous Vide vào đó và điều chỉnh ở nhiệt độ 124 F. Nêm cá rô phi với hạt tiêu và muối rồi cho vào túi hút chân không. Giải phóng không khí bằng phương pháp thay thế nước và niêm phong túi. Ngâm nó trong bồn nước và đặt hẹn giờ trong 1 giờ.

Khi bộ đếm thời gian đã dừng, hãy tháo và mở túi. Đặt một cái chảo trên lửa vừa và thêm bơ và giấm. Đun nhỏ lửa và khuấy liên tục để giảm một nửa giấm. Thêm cá rô phi và nâu nhẹ. Nêm muối và hạt tiêu cho vừa ăn. Phục vụ với một bên rau bơ.

cá hồi với măng tây

Thời gian chuẩn bị + nấu: 3 giờ 15 phút | Khẩu phần: 6

Thành phần:

1 pound phi lê cá hồi hoang dã

1 muỗng canh dầu ô liu

1 muỗng canh oregano khô

12 măng tây vừa

4 khoanh hành trắng

1 muỗng canh mùi tây tươi

Muối và hạt tiêu đen để nếm

Địa chỉ:

Nêm bít tết với lá oregano, muối và hạt tiêu ở cả hai mặt và phết nhẹ bằng dầu ô liu.

Đặt trong một chân không lớn có thể bịt kín cùng với các thành phần khác. Kết hợp tất cả các loại gia vị trong một bát trộn. Xoa đều hỗn hợp lên cả hai mặt của miếng bít tết và cho vào một chiếc túi hút chân không lớn. Đậy kín túi và nấu trong sous vide trong 3 giờ ở 136 F.

cà ri cá thu

Thời gian chuẩn bị + nấu: 55 phút | Khẩu phần: 3

Thành phần:

3 miếng phi lê cá thu bỏ đầu
3 muỗng canh bột cà ri
1 muỗng canh dầu ô liu
Muối và hạt tiêu đen để nếm

Địa chỉ:

Đun cách thủy, đặt Sous Vide vào đó và điều chỉnh ở nhiệt độ 120 F. Nêm cá thu với hạt tiêu và muối rồi cho vào túi hút chân không. Xả khí bằng phương pháp thay thế nước, bịt kín và ngâm trong bể nước và đặt hẹn giờ trong 40 phút.

Khi bộ đếm thời gian đã dừng, hãy tháo và mở túi. Đặt chảo trên lửa vừa, thêm dầu ô liu. Lăn cá thu với bột cà ri (không làm khô cá thu)

Khi nó đã nóng qua, thêm cá thu và chiên cho đến khi vàng nâu, phục vụ với một bên lá xanh hấp.

mực với hương thảo

Thời gian chuẩn bị + nấu: 1 tiếng 15 phút | Khẩu phần: 3

Thành phần:

1 pound mực tươi, nguyên con
½ chén dầu ôliu nguyên chất
1 thìa muối hồng Himalaya
1 muỗng canh hương thảo khô
3 tép tỏi, nghiền nát
3 quả cà chua bi, cắt làm đôi

Địa chỉ:

Rửa sạch từng con mực dưới vòi nước chảy. Dùng dao sắc gọt bỏ đầu và làm sạch từng con mực.

Trong một bát lớn, kết hợp dầu ô liu với muối, hương thảo khô, cà chua bi và tỏi nghiền. Ngâm mực trong hỗn hợp này và làm lạnh trong 1 giờ. Sau đó vớt ra để ráo. Cho mực và cà chua bi vào một chiếc túi hút chân không lớn. Nấu trong sous vide trong một giờ ở 136 F.

Tôm chiên chanh

Thời gian chuẩn bị + nấu: 50 phút | Khẩu phần: 3

Thành phần:

1 pound tôm, bóc vỏ và bỏ chỉ
3 muỗng canh dầu ô liu
½ chén nước cốt chanh mới vắt
1 tép tỏi nghiền
1 muỗng cà phê hương thảo tươi, nghiền nát
1 muỗng cà phê muối biển

Địa chỉ:

Kết hợp dầu ô liu với nước cốt chanh, tỏi nghiền, hương thảo và muối. Sử dụng bàn chải nhà bếp, quét hỗn hợp lên từng con tôm và cho vào một túi hút chân không lớn. Nấu trong sous vide trong 40 phút ở 104 F.

nướng bạch tuộc

Thời gian chuẩn bị + nấu: 5 giờ 20 phút | Khẩu phần: 3

Thành phần:

½ pound xúc tu bạch tuộc vừa, chần

Muối và hạt tiêu đen để nếm

3 muỗng cà phê + 3 muỗng canh dầu ô liu

2 muỗng cà phê oregano khô

2 nhánh mùi tây tươi xắt nhỏ

Nước đá để tắm nước đá

Địa chỉ:

Tạo một bể nước, đặt Sous Vide vào đó và điều chỉnh thành 171 F.

Cho bạch tuộc, muối, 3 muỗng cà phê dầu ô liu và hạt tiêu vào túi hút chân không. Giải phóng không khí bằng phương pháp thay thế nước, niêm phong và nhúng túi vào bể nước. Đặt hẹn giờ trong 5 giờ.

Khi bộ hẹn giờ đã dừng, hãy lấy túi ra và phủ lên trên một thau nước đá. Để qua một bên. Làm nóng lò nướng trước.

Khi vỉ nướng đã nóng, chuyển bạch tuộc ra đĩa, thêm 3 thìa dầu ô liu và xoa bóp. Nướng bạch tuộc để nó cháy đều ở mỗi bên. Phục vụ bạch tuộc và trang trí với rau mùi tây và oregano. Ăn kèm với nước chấm ngọt và cay.

phi lê cá hồi hoang dã

Thời gian chuẩn bị + nấu: 1 tiếng 25 phút | Khẩu phần: 4

Thành phần:

2 pound phi lê cá hồi hoang dã

3 tép tỏi, nghiền nát

1 muỗng canh hương thảo tươi, thái nhỏ

1 muỗng canh nước cốt chanh tươi

1 muỗng canh nước cam tươi vắt

1 muỗng cà phê vỏ cam

1 muỗng cà phê muối hồng Himalaya

1 chén nước dùng cá

Địa chỉ:

Kết hợp nước cam với nước cốt chanh, lá hương thảo, tỏi, vỏ cam và muối. Phết hỗn hợp lên từng miếng bít tết và để trong tủ lạnh trong 20 phút. Chuyển sang túi đóng chân không lớn và thêm cá kho. Đậy kín túi và nấu trong sous vide trong 50 phút ở 131 F.

Làm nóng trước một chảo nướng chống dính lớn. Lấy phi lê ra khỏi túi hút chân không và nướng trong 3 phút cho mỗi mặt, cho đến khi cháy thành than nhẹ.

cá rô phi hầm

Thời gian chuẩn bị + nấu: 65 phút | Khẩu phần: 3

Thành phần:

1 pound phi lê cá rô phi

½ chén hành tây thái nhỏ

1 chén cà rốt thái nhỏ

½ chén lá rau mùi thái nhỏ

3 tép tỏi thái nhỏ

1 chén ớt chuông xanh, thái nhỏ

1 muỗng cà phê hỗn hợp gia vị Ý

1 muỗng cà phê ớt cayenne

½ thìa cà phê ớt

1 cốc nước ép cà chua tươi

Muối và hạt tiêu đen để nếm

3 muỗng canh dầu ô liu

Địa chỉ:

Đun nóng dầu ô liu trên lửa vừa. Thêm hành tây xắt nhỏ và xào cho đến khi mờ.

Bây giờ thêm ớt chuông, cà rốt, tỏi, rau mùi, hỗn hợp gia vị Ý, ớt cayenne, ớt, muối và tiêu đen. Khuấy đều và nấu thêm mười phút nữa.

Tắt bếp và chuyển sang một túi hút chân không lớn cùng với nước ép cà chua và phi lê cá rô phi. Sous vide nấu trong 50 phút ở 122 F. Lấy ra khỏi nồi cách thủy và dùng.

Sò bơ với hạt tiêu

Thời gian chuẩn bị + nấu: 1 tiếng 30 phút | Khẩu phần: 2

Thành phần:

4 oz sò đóng hộp

¼ chén rượu trắng khô

1 cọng cần tây cắt khối vuông

1 củ cải cắt thành khối

1 củ hẹ cắt làm tư

1 lá nguyệt quế

1 muỗng canh hạt tiêu đen

1 muỗng canh dầu ô liu

8 muỗng canh bơ ở nhiệt độ phòng

1 muỗng canh mùi tây tươi xắt nhỏ

2 tép tỏi băm nhỏ

muối để hương vị

1 muỗng cà phê tiêu đen mới xay

¼ chén vụn bánh mì panko

1 bánh mì baguette, thái lát

Địa chỉ:

Chuẩn bị một nồi cách thủy và đặt Sous Vide vào đó. Đặt ở 154 F. Đặt sò, hẹ tây, cần tây, rau mùi tây, rượu, hạt tiêu, dầu ô liu và lá nguyệt quế vào túi hút chân không. Giải phóng không khí bằng phương pháp thay thế nước, niêm phong và nhúng túi vào bể nước. Nấu trong 60 phút.

Sử dụng máy trộn, thêm bơ, rau mùi tây, muối, tỏi và tiêu xay. Trộn ở tốc độ trung bình cho đến khi vừa kết hợp. Cho hỗn hợp vào túi nhựa và cuộn lại. Cho vào tủ lạnh và để nguội.

Khi hết giờ, vớt ốc và rau ra. Loại bỏ nước ép nấu ăn. Đun nóng chảo trên lửa lớn. Phết bơ lên sò, rắc một ít vụn bánh mì và nấu trong 3 phút cho đến khi tan chảy. Phục vụ với những lát bánh mì nóng.

cá hồi rau mùi

Thời gian chuẩn bị + nấu: 60 phút | Khẩu phần: 4

Thành phần:

2 cân cá hồi, 4 miếng

5 tép tỏi

1 thìa muối biển

4 muỗng canh dầu ô liu

1 chén lá rau mùi thái nhỏ

2 muỗng canh hương thảo thái nhỏ

¼ cốc nước cốt chanh mới vắt

Địa chỉ:

Làm sạch và rửa cá tốt. Lau khô bằng giấy ăn và chà xát với muối. Kết hợp tỏi với dầu ô liu, ngò, hương thảo và nước cốt chanh. Sử dụng hỗn hợp để lấp đầy từng con cá. Đặt trong các túi hút chân không riêng biệt và niêm phong. Nấu trong Sous Vide trong 45 phút ở 131 F.

nhẫn mực

Thời gian chuẩn bị + nấu: 1 tiếng 25 phút | Khẩu phần: 3

Thành phần:

2 chén nhẫn mực

1 muỗng canh hương thảo tươi

Muối và hạt tiêu đen để nếm

½ chén dầu ô liu

Địa chỉ:

Kết hợp các khoanh mực với lá hương thảo, muối, tiêu và dầu ô liu trong một túi nhựa sạch lớn. Niêm phong túi và lắc một vài lần để phủ đều. Chuyển sang máy hút chân không lớn và niêm phong túi. Sous vide nấu trong 1 giờ 10 phút ở 131 F. Lấy ra khỏi nồi cách thủy và dùng.

Salad bơ và tôm với Chile

Thời gian chuẩn bị + nấu: 45 phút | Khẩu phần: 4

Thành phần:

1 củ hành tím xắt nhỏ

Nước cốt của 2 quả chanh

1 muỗng cà phê dầu ô liu

¼ muỗng cà phê muối biển

⅛ muỗng cà phê tiêu trắng

1 pound tôm sống, bóc vỏ và bỏ chỉ

1 quả cà chua cắt thành khối

1 quả bơ cắt thành khối

1 quả ớt xanh, bỏ hạt và thái hạt lựu

1 muỗng canh rau mùi xắt nhỏ

Địa chỉ:

Chuẩn bị một nồi cách thủy và đặt Sous Vide vào đó. Đặt nó thành 148 F.

Cho nước cốt chanh, hành tím, muối biển, tiêu trắng, dầu ô liu và tôm vào túi hút chân không. Giải phóng không khí bằng phương pháp thay thế nước, niêm phong và nhúng túi vào bể nước. Nấu trong 24 phút.

Khi bộ hẹn giờ đã dừng, hãy lấy túi ra và chuyển nó vào chậu nước đá trong 10 phút. Trong một cái bát, kết hợp cà chua, bơ, ớt xanh và rau mùi. Đổ nội dung của túi lên trên.

Cá hồng bơ với nước sốt nghệ tây Citrus

Thời gian chuẩn bị + nấu: 55 phút | Khẩu phần: 4

Thành phần

4 miếng cá hồng làm sạch

2 thìa bơ

Muối và hạt tiêu đen để nếm

<u>Đối với nước sốt cam quýt</u>

1 quả chanh

1 quả bưởi

1 quả chanh

3 quả cam

1 muỗng cà phê mù tạt Dijon

2 muỗng canh dầu hạt cải

1 củ hành vàng

1 zucchini cắt thành khối

1 muỗng cà phê sợi nghệ tây

1 muỗng cà phê ớt băm

1 thìa đường

3 chén nước dùng cá

3 muỗng canh rau mùi xắt nhỏ

địa chỉ

Chuẩn bị một nồi cách thủy và đặt Sous Vide vào đó. Đặt ở nhiệt độ 132 F. Nêm phi lê cá hồng với muối và hạt tiêu rồi cho vào túi hút chân không. Giải phóng không khí bằng phương pháp thay thế nước, niêm phong và nhúng túi vào bể nước. Nấu trong 30 phút.

Gọt vỏ trái cây và cắt chúng thành khối. Đun nóng dầu trong chảo trên lửa vừa và thêm hành tây và bí xanh. Xào trong 2-3 phút. Thêm trái cây, nghệ tây, hạt tiêu, mù tạt và đường. Nấu thêm 1 phút nữa. Khuấy nước dùng cá và đun nhỏ lửa trong 10 phút. Trang trí với rau mùi và dự trữ. Khi bộ đếm thời gian đã dừng, lấy cá ra và chuyển sang đĩa. Tráng men với nước sốt nghệ tây và cam quýt và phục vụ.

Cá tuyết phi lê với mè

Thời gian chuẩn bị + nấu: 45 phút | Khẩu phần: 2

Thành phần

1 phi lê cá tuyết lớn

2 muỗng canh bột mè

1½ muỗng canh đường nâu

2 muỗng canh nước mắm

2 thìa bơ

Hạt mè

địa chỉ

Chuẩn bị một nồi cách thủy và đặt Sous Vide vào đó. Đặt thành 131 F.

Ngâm cá tuyết với hỗn hợp đường nâu, mè và nước mắm. Đặt trong một túi hút chân không. Giải phóng không khí bằng phương pháp thay thế nước, niêm phong và nhúng túi vào bể nước. Nấu trong 30 phút. Đun chảy bơ trong chảo trên lửa vừa.

Khi bộ đếm thời gian đã dừng, lấy cá tuyết ra và chuyển vào chảo và chiên trong 1 phút. Dọn ra đĩa. Đổ nước nấu vào chảo và nấu cho đến khi cạn bớt. Thêm 1 thìa bơ và trộn đều. Phủ nước sốt lên cá tuyết và trang trí bằng hạt vừng. Ăn với cơm.

Cá hồi kem với rau bina và sốt mù tạt

Thời gian chuẩn bị + nấu: 55 phút | Khẩu phần: 2

bạnthành phần

4 phi lê cá hồi không da

1 bó rau bina lớn

½ chén mù tạt Dijon

1 chén kem nặng

1 cốc rưỡi kem

1 thìa nước cốt chanh

Muối và hạt tiêu đen để nếm

địa chỉ

Chuẩn bị một nồi cách thủy và đặt Sous Vide vào đó. Đặt thành 115 F. Đặt cá hồi muối vào túi có thể hút chân không. Giải phóng không khí bằng phương pháp thay thế nước, niêm phong và nhúng túi vào bể nước. Nấu trong 45 phút.

Đun nóng chảo trên lửa vừa và nấu rau bina cho đến khi mềm. Hạ nhiệt và thêm nước cốt chanh, hạt tiêu và muối. Tiếp tục nấu ăn. Đun nóng một cái chảo trên lửa vừa và kết hợp kem nửa rưỡi và mù tạt Dijon. Giảm nhiệt và nấu ăn. Gia vị với muối và hạt tiêu. Khi bộ đếm thời gian đã dừng, lấy cá hồi ra và chuyển sang đĩa. Mưa phùn với nước sốt. Ăn kèm rau muống.

Sò điệp với ớt bột và salad tươi

Thời gian chuẩn bị + nấu: 55 phút | Khẩu phần: 4

Thành phần

1 cân sò điệp

1 muỗng cà phê bột tỏi

½ muỗng cà phê bột hành

½ muỗng cà phê ớt bột

¼ muỗng cà phê ớt cayenne

Muối và hạt tiêu đen để nếm

Xa lát

3 chén hạt ngô

½ pint cà chua bi, giảm một nửa

1 ớt chuông đỏ cắt thành khối

2 muỗng canh mùi tây tươi xắt nhỏ

Băng bó

1 muỗng canh húng quế tươi

1 quả chanh cắt làm tư

địa chỉ

Chuẩn bị một nồi cách thủy và đặt Sous Vide vào đó. Đặt nó thành 122 F.

Cho sò điệp vào túi hút chân không. Gia vị với muối và hạt tiêu. Trong một cái bát, kết hợp bột tỏi, ớt bột, bột hành tây và ớt cayenne. Đổ vào. Giải phóng không khí bằng phương pháp thay thế nước, niêm phong và nhúng túi vào bể nước. Nấu trong 30 phút.

Trong khi đó, làm nóng lò ở nhiệt độ 400 F. Trên khay nướng, đặt hạt ngô và ớt chuông đỏ. Rưới dầu ô liu và nêm muối và hạt tiêu. Nấu trong 5 đến 10 phút. Chuyển sang một cái bát và trộn với rau mùi tây. Trong một cái bát, trộn đều các nguyên liệu làm nước xốt và đổ lên hạt ngô.

Khi bộ hẹn giờ đã dừng, hãy lấy túi ra và chuyển sang chảo nóng. Nướng trong 2 phút mỗi bên. Cho sò điệp và salad ra bát. Trang trí với húng quế và chanh.

Sò điệp cay xoài

Thời gian chuẩn bị + nấu: 50 phút | Khẩu phần: 4

Thành phần

1 pound sò điệp lớn

1 muỗng canh bơ

Nhúng

1 thìa nước cốt chanh

2 muỗng canh dầu ô liu

Trang trí

1 muỗng canh vỏ chanh

1 muỗng canh vỏ cam

1 chén xoài thái hạt lựu

1 ớt serrano thái lát mỏng

2 muỗng canh lá bạc hà xắt nhỏ

địa chỉ

Cho sò điệp vào túi hút chân không. Gia vị với muối và hạt tiêu. Để nguội trong tủ lạnh qua đêm. Chuẩn bị một nồi cách thủy và đặt Sous Vide vào đó. Điều chỉnh đến 122 F. Xả khí bằng phương pháp thay thế nước, bịt kín và nhúng túi vào chậu nước. Nấu trong 15 đến 35 phút.

Đun nóng chảo trên lửa vừa. Trong một bát, kết hợp tốt các thành phần nước sốt. Khi bộ đếm thời gian đã dừng, lấy sò điệp ra và chuyển vào chảo và chiên cho đến khi có màu vàng nâu. Dọn ra đĩa. Rưới nước sốt lên và thêm các nguyên liệu trang trí.

Tỏi tây và tôm với mù tạt

Thời gian chuẩn bị + nấu: 1 tiếng 20 phút | Khẩu phần: 4

bạnthành phần

6 tỏi tây

5 muỗng canh dầu ô liu

Muối và hạt tiêu đen để nếm

1 củ hẹ xắt nhỏ

1 muỗng canh giấm gạo

1 muỗng cà phê mù tạt Dijon

1/3 pound tôm bay nấu chín

Măng tây tươi

địa chỉ

Chuẩn bị một nồi cách thủy và đặt Sous Vide vào đó. Đặt nó thành 183 F.

Cắt bỏ phần ngọn của tỏi tây và loại bỏ phần đáy. Rửa chúng trong nước lạnh và rắc 1 muỗng canh dầu ô liu. Gia vị với muối và hạt tiêu. Đặt trong một túi hút chân không. Giải phóng không khí bằng phương pháp thay thế nước, niêm phong và nhúng túi vào bể nước. Nấu trong 1 giờ.

Trong khi đó, đối với dầu giấm, trong một cái bát, kết hợp hẹ tây, mù tạt Dijon, giấm và 1/4 chén dầu ô liu. Gia vị với muối và hạt tiêu. Khi bộ hẹn giờ đã dừng, hãy lấy túi ra và chuyển nó vào chậu nước đá. Để nguội. Xếp tỏi tây vào 4 đĩa và nêm muối. Thêm tôm và mưa phùn với vinaigrette. Trang trí với mùi tây.

Súp Tôm Dừa

Thời gian chuẩn bị + nấu: 55 phút | Khẩu phần: 6

Thành phần

8 con tôm sống lớn, bóc vỏ và bỏ chỉ

1 muỗng canh bơ

Muối và hạt tiêu đen để nếm

cho súp

1 pound bí xanh

4 muỗng canh nước cốt chanh

2 củ hành vàng xắt nhỏ

1-2 quả ớt đỏ nhỏ, thái nhỏ

1 nhánh sả, chỉ lấy phần trắng, thái nhỏ

1 muỗng cà phê mắm tôm

1 muỗng cà phê đường

1½ chén nước cốt dừa

1 muỗng cà phê bột me

1 cốc nước

½ cốc nước cốt dừa

1 muỗng canh nước mắm

2 muỗng canh húng quế tươi xắt nhỏ

địa chỉ

Chuẩn bị một nồi cách thủy và đặt Sous Vide vào đó. Mang đến 142 F. Cho tôm và bơ vào túi hút chân không. Gia vị với muối và hạt tiêu. Giải phóng không khí bằng phương pháp thay thế nước, niêm phong và nhúng túi vào bể nước. Nấu trong 15 đến 35 phút.

Trong khi đó, gọt vỏ zucchini và loại bỏ hạt. Cắt thành khối. Trong một bộ xử lý thực phẩm, thêm hành tây, sả, ớt, mắm tôm, đường và 1/2 chén nước cốt dừa. Xay cho đến khi nhuyễn.

Đun nóng một cái chảo trên lửa nhỏ và kết hợp hỗn hợp hành tây, nước cốt dừa còn lại, bột me và nước. Thêm zucchini và nấu trong 10 phút.

Khi bộ đếm thời gian đã dừng, lấy tôm ra và chuyển sang súp. Đánh đều kem dừa, nước cốt chanh và húng quế. Phục vụ trong bát súp.

Mì Soba cá hồi mật ong

Thời gian chuẩn bị + nấu: 40 phút | Khẩu phần: 4

Thành phần

<u>cá hồi</u>

6 ounce phi lê cá hồi, còn da

Muối và hạt tiêu đen để nếm

1 muỗng cà phê dầu mè

1 chén dầu ô liu

1 muỗng canh gừng tươi nạo

2 thìa mật ong

<u>soba mè</u>

4 oz mì soba khô

1 muỗng canh dầu hạt nho

2 tép tỏi băm nhỏ

½ đầu súp lơ

3 muỗng tahini

1 muỗng cà phê dầu mè

2 muỗng cà phê dầu ô liu

¼ quả chanh vắt

1 củ hành lá, thái lát

¼ chén rau mùi, xắt nhỏ

1 muỗng cà phê hạt anh túc nướng

Những lát chanh để trang trí

Hạt vừng để trang trí

2 muỗng canh rau mùi xắt nhỏ

địa chỉ

Chuẩn bị một nồi cách thủy và đặt Sous Vide vào đó. Đặt thành 123 F. Nêm cá hồi với muối và hạt tiêu. Trong một cái bát, kết hợp dầu mè, dầu ô liu, gừng và mật ong. Cho cá hồi và hỗn hợp vào túi hút chân không. lắc kỹ Giải phóng không khí bằng phương pháp thay thế nước, niêm phong và nhúng túi vào bể nước. Nấu trong 20 phút.

Trong khi đó, chuẩn bị mì soba. Đun nóng dầu hạt nho trong chảo trên lửa lớn và xào súp lơ và tỏi trong 6-8 phút. Trong một cái bát, kết hợp tahini, dầu ô liu, dầu mè, nước cốt chanh, rau mùi, hành lá và hạt mè nướng. Xả mì và thêm chúng vào súp lơ.

Đun nóng chảo trên lửa lớn. Che với một tờ giấy da. Khi bộ đếm thời gian đã dừng, lấy cá hồi ra và chuyển sang chảo.

Nâu trong 1 phút. Cho mì vào hai bát và thêm cá hồi. Trang trí với chanh, hạt anh túc và rau mùi.

Tôm hùm sốt Mayonnaise

Thời gian chuẩn bị + nấu: 40 phút | Khẩu phần: 2

Thành phần

2 đuôi tôm hùm

1 muỗng canh bơ

2 củ hành ngọt xắt nhỏ

3 muỗng canh sốt mayonaise

muối để hương vị

Một nhúm hạt tiêu đen

2 muỗng cà phê nước cốt chanh

địa chỉ

Chuẩn bị một nồi cách thủy và đặt Sous Vide vào đó. Đặt nó thành 138 F.

Đun nước trong nồi trên lửa lớn cho đến khi sôi. Mở vỏ đuôi tôm hùm và nhấn chìm chúng trong nước. Nấu trong 90 giây. Chuyển sang bồn nước đá. Để nguội trong 5 phút. Phá vỡ vỏ và loại bỏ đuôi.

Đặt đuôi đã phết bơ vào túi hút chân không. Giải phóng không khí bằng phương pháp thay thế nước, niêm phong và nhúng túi vào bể nước. Nấu trong 25 phút.

Khi bộ đếm thời gian đã dừng, hãy tháo đuôi ra và lau khô. Tôi gật đầu sang một bên. Để nguội trong 30 phút. Trong một cái bát, kết hợp sốt mayonnaise, hành ngọt, hạt tiêu và nước cốt chanh. Cắt đuôi, thêm chúng vào hỗn hợp mayonnaise và khuấy đều. Ăn kèm với bánh mì nướng.

Bữa tiệc tôm cocktail

Thời gian chuẩn bị + nấu: 40 phút | Khẩu phần: 2

Thành phần

1 pound tôm, bóc vỏ và bỏ chỉ

Muối và hạt tiêu đen để nếm

4 muỗng canh thì là tươi xắt nhỏ

1 muỗng canh bơ

4 muỗng canh sốt mayonaise

2 muỗng canh hành lá xắt nhỏ

2 muỗng cà phê nước cốt chanh tươi

2 muỗng cà phê nước ép cà chua

1 muỗng canh sốt Tabasco

4 cuộn dài

8 lá xà lách

½ quả chanh, thái lát

địa chỉ

Chuẩn bị một nồi cách thủy và đặt Sous Vide vào đó. Đặt thành 149 F. Để làm gia vị, trộn đều sốt mayonnaise, hẹ, nước cốt chanh, cà chua xay nhuyễn và sốt Tabasco. Gia vị với muối và hạt tiêu.

Cho tôm và gia vị vào túi hút chân không. Cho 1 thìa thì là và 1/2 thìa bơ vào mỗi gói. Giải phóng không khí bằng phương pháp thay thế nước, niêm phong và nhúng túi vào bể nước. Nấu trong 15 phút.

Làm nóng lò ở 400 F. và nấu bánh nướng xốp trong 15 phút. Khi bộ đếm thời gian đã dừng, hãy tháo túi ra và để ráo nước. Cho tôm vào tô cùng với nước sốt và trộn đều. Dọn lên trên lớp rau diếp chanh.

Cá Hồi Herby Chanh

Thời gian chuẩn bị + nấu: 45 phút | Khẩu phần: 2

Thành phần

2 phi lê cá hồi không da

Muối và hạt tiêu đen để nếm

¾ chén dầu ô liu nguyên chất

1 củ hẹ, cắt thành vòng mỏng

1 muỗng canh lá húng quế, thái nhỏ

1 muỗng cà phê hạt tiêu

3 oz rau xanh hỗn hợp

1 quả chanh

địa chỉ

Chuẩn bị một nồi cách thủy và đặt Sous Vide vào đó. Đặt nó thành 128 F.

Cho cá hồi và nêm muối và tiêu vào túi hút chân không. Thêm vòng hẹ, dầu ô liu, hạt tiêu và húng quế. Giải phóng không khí bằng phương pháp thay thế nước, niêm phong và nhúng túi vào bể nước. Nấu trong 25 phút.

Khi bộ đếm thời gian đã dừng, hãy lấy túi ra và chuyển cá hồi vào đĩa. Trộn nước nấu với một ít nước cốt chanh và phủ lên phi lê cá hồi. Tham gia.

Đuôi tôm hùm thơm và béo

Thời gian chuẩn bị + nấu: 1 tiếng 10 phút | Khẩu phần: 2

Thành phần

8 muỗng canh bơ

2 đuôi tôm hùm, bỏ vỏ

2 nhánh tarragon tươi

2 muỗng canh cây xô thơm

muối để hương vị

Chanh lát

địa chỉ

Chuẩn bị một nồi cách thủy và đặt Sous Vide vào đó. Đặt nó thành 134 F.

Cho đuôi tôm hùm, bơ, muối, cây xô thơm và ngải giấm vào túi hút chân không. Giải phóng không khí bằng phương pháp thay thế nước, niêm phong và nhúng túi vào bể nước. Nấu trong 60 phút.

Khi bộ đếm thời gian đã dừng, hãy tháo túi ra và chuyển tôm hùm vào đĩa. Rắc bơ lên trên. Trang trí với chanh nêm.

Mỳ trứng cá hồi súp lơ Thái

Thời gian chuẩn bị + nấu: 55 phút | Khẩu phần: 2

Thành phần

2 miếng phi lê cá hồi có da

Muối và hạt tiêu đen để nếm

1 muỗng canh dầu ô liu

4½ muỗng canh nước tương

2 muỗng canh gừng tươi băm nhỏ

2 quả ớt thái lát mỏng

6 muỗng canh dầu mè

4 oz mì trứng chuẩn bị

6 oz hoa súp lơ nấu chín

5 muỗng cà phê hạt mè

địa chỉ

Chuẩn bị một nồi cách thủy và đặt Sous Vide vào đó. Đặt ở nhiệt độ 149 F. Chuẩn bị khay nướng có lót giấy nhôm và đặt cá hồi lên đó, nêm muối và tiêu rồi đậy bằng một tấm nhôm khác. Nướng trong lò trong 30 phút.

Cho cá hồi đã nướng vào túi hút chân không. Giải phóng không khí bằng phương pháp thay thế nước, niêm phong và nhúng túi vào bể nước. Nấu trong 8 phút.

Trong một cái bát, trộn gừng, ớt, 4 muỗng canh nước tương và 4 muỗng canh dầu mè. Khi bộ đếm thời gian đã dừng, hãy lấy túi ra và chuyển cá hồi vào tô mì. Trang trí với hạt nướng và da cá hồi. Rưới nước mắm gừng ớt lên trên và dùng.

Cá vược nhẹ với thì là

Thời gian chuẩn bị + nấu: 35 phút | Khẩu phần: 3

Thành phần

1 pound cá vược Chile, không da

1 muỗng canh dầu ô liu

Muối và hạt tiêu đen để nếm

1 thìa thì là

địa chỉ

Chuẩn bị một nồi cách thủy và đặt Sous Vide vào đó. Đặt ở nhiệt độ 134 F. Nêm cá vược với muối và hạt tiêu rồi cho vào túi hút chân không. Thêm thì là và dầu ô liu. Giải phóng không khí bằng phương pháp thay thế nước, niêm phong và nhúng túi vào bể nước. Nấu trong 30 phút. Khi bộ đếm thời gian đã dừng, hãy tháo túi ra và chuyển cá vược sang đĩa.

Tôm Xào Ớt Ngọt

Thời gian chuẩn bị + nấu: 40 phút | Khẩu phần: 6

Thành phần

1½ pound tôm

3 quả ớt đỏ khô

1 muỗng canh gừng nạo

6 tép tỏi, nghiền nát

2 muỗng canh rượu sâm panh

1 muỗng canh nước tương

2 muỗng cà phê đường

½ muỗng cà phê bột bắp

3 củ hành lá xắt nhỏ

địa chỉ

Chuẩn bị một nồi cách thủy và đặt Sous Vide vào đó. Đặt nó thành 135 F.

Kết hợp gừng, tép tỏi, ớt, rượu sâm panh, đường, nước tương và bột ngô. Cho tôm đã bóc vỏ cùng với hỗn hợp vào túi hút chân không. Giải phóng không khí bằng phương pháp thay thế nước, bịt kín và ngâm trong bể nước. Nấu trong 30 phút.

Đặt hành lá vào chảo trên lửa vừa. Thêm dầu và nấu trong 20 giây. Khi bộ hẹn giờ đã dừng, lấy tôm đã nấu chín ra và chuyển sang một cái bát. Trang trí với hành tây. Ăn với cơm.

Tôm Thái trái cây

Thời gian chuẩn bị + nấu: 25 phút | Khẩu phần: 4

Thành phần

2 pound tôm, bóc vỏ và bỏ chỉ

4 miếng đu đủ gọt vỏ và nạo

2 củ hẹ, thái lát

¾ chén cà chua bi, giảm một nửa

2 muỗng canh húng quế xắt nhỏ

¼ chén đậu phộng rang khô

cách ăn mặc kiểu Thái

¼ chén nước cốt chanh

6 muỗng canh đường

5 muỗng canh nước mắm

4 tép tỏi

4 quả ớt đỏ nhỏ

địa chỉ

Chuẩn bị một nồi cách thủy và đặt Sous Vide vào đó. Mang đến 135 F. Đặt tôm vào túi có thể hút chân không. Giải phóng không khí bằng phương pháp thay thế nước, niêm phong và nhúng túi vào bể nước. Nấu trong 15 phút. Trong một cái bát, trộn đều nước cốt chanh, nước mắm và đường. Nghiền nát tỏi và ớt. Thêm vào hỗn hợp mặc quần áo.

Khi bộ đếm thời gian đã dừng, lấy tôm ra khỏi túi và chuyển sang một cái bát. Thêm đu đủ, húng quế Thái, hẹ tây, cà chua và đậu phộng. Glaze với mặc quần áo.

Món tôm chanh kiểu Dublin

Thời gian chuẩn bị + nấu: 1 tiếng 15 phút | Khẩu phần: 4

Thành phần

4 muỗng canh bơ

2 muỗng canh nước cốt chanh

2 tép tỏi tươi, băm nhỏ

1 muỗng cà phê vỏ chanh tươi

Muối và hạt tiêu đen để nếm

1 pound tôm jumbo, bóc vỏ và bỏ chỉ

½ chén vụn bánh mì panko

1 muỗng canh mùi tây tươi xắt nhỏ

địa chỉ

Chuẩn bị một nồi cách thủy và đặt Sous Vide vào đó. Đặt nó thành 135 F.

Đun nóng 3 muỗng canh bơ trong chảo trên lửa vừa và thêm nước cốt chanh, muối, hạt tiêu, tỏi và vỏ. Để nguội trong 5 phút. Cho tôm và hỗn hợp vào túi hút chân không. Giải phóng không khí bằng phương pháp thay thế nước, niêm phong và nhúng túi vào bể nước. Nấu trong 30 phút.

Trong khi đó, đun nóng bơ trong chảo trên lửa vừa và nướng vụn bánh mì panko. Khi bộ đếm thời gian đã dừng, lấy tôm ra và chuyển sang nồi nóng ở nhiệt độ cao và nấu với nước nấu. Cho vào 4 bát súp và rắc vụn bánh mì lên trên.

Sò điệp sốt tỏi ớt

Thời gian chuẩn bị + nấu: 75 phút | Khẩu phần: 2

Thành phần

2 muỗng canh bột cà ri vàng

1 muỗng canh bột cà chua

½ cốc nước cốt dừa

1 muỗng cà phê tương ớt và tỏi

1 thìa nước cốt chanh

6 con sò điệp

Gạo lứt nấu chín, để phục vụ

rau mùi tươi xắt nhỏ

địa chỉ

Chuẩn bị một nồi cách thủy và đặt Sous Vide vào đó. Đặt nó thành 134 F.

Kết hợp kem dừa, bột cà chua, bột cà ri, nước cốt chanh và nước sốt tỏi ớt. Cho hỗn hợp với sò điệp vào túi hút chân không. Giải phóng không khí bằng phương pháp thay thế nước, niêm phong và nhúng túi vào bể nước. Nấu trong 60 phút.

Khi bộ đếm thời gian đã dừng, hãy lấy túi ra và chuyển sang đĩa. Dọn cơm gạo lứt lên trên cùng với sò điệp. Trang trí với rau mùi.

Mì cà ri tôm

Thời gian chuẩn bị + nấu: 25 phút | Khẩu phần: 2

Thành phần

1 pound tôm, còn đuôi

8 oz bún, nấu chín và ráo nước

1 muỗng cà phê rượu gạo

1 muỗng cà phê bột cà ri

1 muỗng canh nước tương

1 củ hành lá thái lát

2 muỗng canh dầu thực vật

địa chỉ

Chuẩn bị một nồi cách thủy và đặt Sous Vide vào đó. Mang đến 149 F. Đặt tôm vào túi hút chân không. Giải phóng không khí bằng phương pháp thay thế nước, niêm phong và nhúng túi vào bể nước. Nấu trong 15 phút.

Đun nóng dầu trong chảo trên lửa vừa và thêm rượu gạo, bột cà ri và nước tương. Trộn đều và kết hợp mì. Khi bộ đếm thời gian đã dừng, lấy tôm ra và chuyển sang hỗn hợp mì. Trang trí với hành lá.

Cá tuyết kem ngon với rau mùi tây

Thời gian chuẩn bị + nấu: 40 phút | Khẩu phần: 6

Thành phần

<u>Đối với cá tuyết</u>

6 phi lê cá tuyết

muối để hương vị

1 muỗng canh dầu ô liu

3 nhánh mùi tây tươi

<u>cho nước sốt</u>

1 chén rượu trắng

1 cốc rưỡi kem

1 củ hành trắng thái nhỏ

2 muỗng canh thì là xắt nhỏ

2 muỗng cà phê hạt tiêu đen

địa chỉ

Chuẩn bị một nồi cách thủy và đặt Sous Vide vào đó. Đặt nó thành 148 F.

Đặt phi lê cá tuyết muối trong túi có thể hút chân không. Thêm dầu ô liu và mùi tây. Giải phóng không khí bằng phương pháp thay thế nước, niêm phong và nhúng túi vào bể nước. Nấu trong 30 phút.

Đun nóng chảo trên lửa vừa, thêm rượu, hành tây, hạt tiêu đen và nấu cho đến khi giảm bớt. Thêm một nửa kem và một nửa cho đến khi dày. Khi bộ đếm thời gian đã dừng, đặt cá vào đĩa và rưới nước sốt lên.

Pot de Rillettes kiểu Pháp với cá hồi

Thời gian chuẩn bị + nấu: 2 tiếng 30 phút | Khẩu phần: 2

Thành phần

½ pound phi lê cá hồi, bỏ da

1 muỗng cà phê muối biển

6 muỗng canh bơ

1 củ hành tây xắt nhỏ

1 tép tỏi băm nhỏ

1 muỗng canh nước cốt chanh

địa chỉ

Chuẩn bị một nồi cách thủy và đặt Sous Vide vào đó. Đặt ở nhiệt độ 130 F. Cho cá hồi, bơ không ướp muối, muối biển, tép tỏi, hành tây và nước cốt chanh vào túi hút chân không. Giải phóng không khí bằng phương pháp thay thế nước, niêm phong và nhúng túi vào bể nước. Nấu trong 20 phút.

Khi bộ đếm thời gian đã dừng, lấy cá hồi ra và chuyển sang 8 bát nhỏ. Nêm với nước ép nấu ăn. Để nguội trong tủ lạnh trong 2 giờ. Ăn kèm với những lát bánh mì nướng.

Xô thơm với khoai tây nghiền và dừa

Thời gian chuẩn bị + nấu: 1 tiếng 30 phút | Khẩu phần: 2

Thành phần

2 miếng phi lê cá hồi có da

2 muỗng canh dầu ô liu

2 nhánh cây xô thơm

4 tép tỏi

3 củ khoai tây, gọt vỏ và xắt nhỏ

¼ chén nước cốt dừa

1 bó củ cải cầu vồng

1 muỗng canh gừng nạo

1 muỗng canh nước tương

muối biển để hương vị

địa chỉ

Chuẩn bị một nồi cách thủy và đặt Sous Vide vào đó. Đặt ở nhiệt độ 122 F. Cho cá hồi, cây xô thơm, tỏi và dầu ô liu vào túi có thể hút chân không. Giải phóng không khí bằng phương pháp thay thế nước, niêm phong và nhúng túi vào bể nước. Nấu trong 1 giờ.

Làm nóng lò nướng ở nhiệt độ 375 F. Phết dầu lên khoai tây và nướng trong 45 phút. Chuyển khoai tây vào máy xay sinh tố và thêm nước cốt dừa. Gia vị với muối và hạt tiêu. Trộn trong 3 phút, cho đến khi mịn.

Đun nóng dầu ô liu trong chảo trên lửa vừa và xào gừng, củ cải và nước tương.

Khi bộ hẹn giờ đã dừng, lấy cá hồi ra và chuyển sang chảo nóng. Làm khô trong 2 phút. Chuyển sang đĩa, thêm khoai tây nghiền và phủ than hoa lên trên để phục vụ.

Bát bạch tuộc thì là

Thời gian chuẩn bị + nấu: 60 phút | Khẩu phần: 4

Thành phần

1 pound bạch tuộc con
1 muỗng canh dầu ô liu
1 muỗng canh nước cốt chanh tươi
Muối và hạt tiêu đen để nếm
1 thìa thì là

địa chỉ

Chuẩn bị một nồi cách thủy và đặt Sous Vide vào đó. Mang đến 134 F. Đặt bạch tuộc vào túi có thể hút chân không. Giải phóng không khí bằng phương pháp thay thế nước, niêm phong và nhúng túi vào bể nước. Nấu trong 50 phút. Khi bộ đếm thời gian đã dừng, lấy bạch tuộc ra và lau khô. Trộn bạch tuộc với một ít dầu ô liu và nước cốt chanh. Nêm muối, hạt tiêu và thì là.

Cá hồi muối sốt Hollandaise

Thời gian chuẩn bị + nấu: 1 tiếng 50 phút | Khẩu phần: 4

bạnthành phần

4 miếng phi lê cá hồi
muối để hương vị

<u>nước sốt Hà Lan</u>
4 muỗng canh bơ
1 lòng đỏ trứng gà
1 thìa cà phê nước cốt chanh
1 muỗng cà phê nước
½ củ hẹ cắt khối vuông
một nhúm ớt bột

địa chỉ

Nêm cá hồi với muối. Để nguội trong 30 phút. Chuẩn bị một nồi cách thủy và đặt Sous Vide vào đó. Mang đến 148 F. Đặt tất cả các thành phần nước sốt vào túi có thể hút chân không. Giải phóng không khí bằng phương pháp thay thế nước, niêm phong và nhúng túi vào bể nước. Nấu trong 45 phút.

Khi bộ đếm thời gian đã dừng, hãy tháo túi ra. Để qua một bên. Hạ nhiệt độ sous vide xuống 120 F và đặt cá hồi vào túi hút chân không. Giải phóng không khí bằng phương pháp thay thế nước, niêm phong và nhúng túi vào bể nước. Nấu trong 30 phút. Chuyển nước sốt vào máy xay sinh tố và trộn cho đến khi có màu vàng nhạt. Khi bộ đếm thời gian đã dừng, lấy cá hồi ra và lau khô. Phục vụ phủ nước sốt.

www.ingramcontent.com/pod-product-compliance
Lightning Source LLC
Chambersburg PA
CBHW070404120526
44590CB00014B/1249